Nachos Vô Địch Hòa Quyện Giòn Rụm Và Hương Vị Tột Đỉnh

100 công thức sáng tạo cho mọi dịp khám phá sự giao thoa hoàn hảo giữa khoai tây chiên giòn lớp phủ hấp dẫn và vị đậm đà

Bảo Ngọc

MỤC LỤC

MỤC LỤC 3

GIỚI THIỆU 7

NACHOS BÒ 7

1. Nachos bò cổ điể n 9
2. Nacho bò trạ i 11
3. Nachos thị t bò đầ y đủ 13
4. Tater tot nachos 15
5. Nachos nư ớ ng 17
6. Nacho giả i độ c 19
7. Nachos bò Hàn Quố c 21
8. Nachos bò BBQ 23
9. Nachos bò cay 25
10. Nachos bít tế t phô mai Philly 27
11. Bít tế t Nachos 29
12. Nachos thị t bò và đậ u 31
13. Nachos bò Taco 33
14. Thị t bò Fajita Nachos 35

NACHOS GÀ 37

15. Nachos gà nạ p 38
16. Nacho gà hầ m 40
17. Nachos gà trâu 42
18. Nachos Ý 44
19. Gà Fajita Nachos 47
20. Nachos gà cổ điể n 49
21. Nachos gà BBQ 51
22. Gà Enchilada Nachos 53
23. Nachos gà Guacamole 55

24. Gà Taco Nachos 57
25. Nachos gà ớt 59
26. Gà Bacon Ranch Nachos 61
27. Nachos gà bơ 63
28. Nachos gà kiể u Hy Lạ p 65
29. Nachos gà Teriyaki 67
30. Nachos gà Caprese 69
31. Nachos gà BBQ Hàn Quố c 71
NACHOS THỊ T HEO 73
32. Nachos thị t heo kéo 74
33. Bữ a sáng thị t xông khói Nachos 76
34. Nachos kiể u Hawaii 78
35. Nachos thị t lợ n chanh mậ t ong 80
36. Nachos Caribe 82
37. Nachos thị t lợ n nư ớ ng BBQ 84
NACHOS RAU CỦ 86
38. Rau và Cheddar Nachos 87
39. Nachos rau củ 89
40. Nachos khoai lang 91
41. Nachos da khoai tây nạ p 93
42. Nacho chay 95
43. Nachos rau kiể u Hy Lạ p 97
ĐẬ U NACHOS 99
44. Nachos Guacamole nạ p 100
45. Nachos đậ u đen vớ i phô mai hạ t điề u 102
46. Nachos vớ i bơ và hành tây Microgreen 105
47. Nachos phô mai 107
48. Nachos thị nh soạ n 109
49. Nachos nạ p ớ t 112

50. Bánh Nachos hạ t lanh 114

NACHOS CÁ VÀ HẢI SẢN 116

51. Nachos tôm 117

52. Tôm chiên giòn 119

53. Tôm hùm Nachos 121

54. Cá ngừ Nachos 123

55. Nachos cua 125

56. Nachos cá hồ i hun khói 127

57. Cá Taco Nachos 129

58. Nachos sò điệ p 131

59. Nachos tôm và cua 133

60. Ceviche Nachos 135

NACHOS TRÁI CÂY VÀ TRÁNG MIỆ NG 137

61. Bánh táo nachos 138

62. Gala nachos số t xoài-tequila 140

63. Nachos số t xoài-tequila 142

64. Bánh Nachos dâu phô mai 144

65. Nachos dừ a dứ a 146

66. Nachos sô-cô-la chuố i 148

67. Salsa Nachos xoài 150

68. Nachos Kiwi chanh 152

69. Berry Nutella Nachos 154

70. Nachos đào nư ớ ng 156

NACHO NHÚNG 158

71. Gạ ch nhúng phô mai 159

72. Cannoli nhúng thuầ n chay 161

73. Phô mai xanh & phô mai Gouda nhúng 163

74. Quán rư ợ u nhúng phô mai 165

75. Bắ p nhúng cay 167

76. Bánh pizza nhúng chả o Low-Carb 169
77. Cua rangoon nhúng 171
78. Guacamole phô mai dê 173
79. Bữ a tiệ c kiể u Bavaria 175
80. Atiso nư ớ ng tiệ c nhúng 177
81. Nư ớ c chấ m gà trâu 179
82. Ngâm trang trạ i 181
83. Tôm số t phô mai cay 183
84. Nư ớ c chấ m tỏ i và thị t xông khói 185
85. Pesto số t kem phô mai dê 187
86.Pizza nóng số t siêu nhúng 189
87. Rau muố ng nư ớ ng và atisô nhúng 191
88. Nhúng atisô 193
89. Kem atisô nhúng 195
90. Thì Là & Kem Phô Mai Nhúng 197
91. Cơ m rừ ng và tư ơ ng ớ t 199
92. Bí ngô cay & kem phô mai nhúng 201
93. Kem phô mai và mậ t ong nhúng 203
94.Kem rau bina-Tahini nhúng 205
95.Nư ớ c Chấ m Mơ Và Chile 207
96.Cà tím nư ớ ng nhúng 209
97. Củ cả i xanh & chanh nhúng 212
98.Nư ớ c Chấ m Xoài-Ponzu 214
99. Cà tím phế t quả óc chó 216
100. Rau bina nhúng tỏ i nư ớ ng 218
PHẦN KẾT LUẬN 220

GIỚI THIỆU

Chào mừng bạn đến với Nachos Vô Địch, cuốn sách sẽ mở ra cho bạn một hành trình ẩm thực độc đáo, nơi mỗi công thức là một tác phẩm nghệ thuật kết hợp sự giòn rụm của khoai tây chiên và lớp phủ tinh tế, tạo nên những trải nghiệm vị giác tột đỉnh. Với 100 công thức sáng tạo được biên soạn kỹ lưỡng, bạn sẽ tìm thấy vô số cách chế biến món nachos hoàn hảo cho mọi dịp, từ những bữa tiệc sôi động cùng bạn bè cho đến các bữa ăn nhanh gọn trong những ngày bận rộn.

Mỗi trang sách là một nguồn cảm hứng, mang đến cho bạn những bí quyết từ các đầu bếp chuyên nghiệp và những mẹo nhỏ giúp tăng cường hương vị, đồng thời biến món nachos truyền thống thành một trải nghiệm ẩm thực hiện đại và đậm chất cá nhân. Từ những phiên bản cổ điển đậm đà đến những biến tấu sáng tạo độc đáo, Nachos Vô Địch giúp bạn tự tin thể hiện tài năng nấu nướng và làm hài lòng mọi thực khách.

Hãy cùng khám phá sự giao thoa hoàn hảo giữa các thành phần tinh túy, từ khoai tây chiên giòn rụm đến lớp phủ đậm đà, để biến mỗi miếng nachos thành một bữa tiệc vị giác trọn vẹn, làm bừng sáng niềm đam mê ẩm thực trong chính căn bếp của bạn.

o3-mini-high

NACHOS BÒ

1. <u>Nachos thịt bò cổ điển</u>

1 lb thịt bò xay
1 gói gia vị taco
1 túi bánh tortilla
2 chén phô mai cheddar cắt nhỏ
1 cốc cà chua thái hạt lựu
1 chén hành tây thái hạt lựu
1 cốc salsa
1/2 chén jalapenos thái lát
Làm nóng lò ở nhiệt độ 375°F. Cho thịt bò xay vào chảo rán và thêm gia vị taco. Xếp các miếng bánh tortilla lên khay nướng và đặt thịt bò xay, phô mai, cà chua, hành tây, salsa và ớt jalapenos lên trên. Nướng trong vòng 10-15 phút hoặc cho đến khi phô mai tan chảy.

2. Nacho bò trại

- 1 lb thịt bò xay
- 1 lb Xúc xích heo, nóng, số lượng lớn
- 2 lb phô mai Velveeta, cắt hạt lựu
- 10 1/2 oz Súp nấm kem
- 10 1/2 oz Cà chua thái hạt lựu và ớt xanh, thái hạt lựu
- 2 muỗng cà phê bột tỏi
- 1 thìa hạt tiêu đen

a) Nướng thịt và xúc xích trong lò kiểu Hà Lan; làm khô hạn. Thêm các thành phần còn lại và đun nóng cho đến khi nhung tan chảy. Trộn đều.

b) Tiếp tục đun nóng cho đến khi hỗn hợp thật ấm. Ăn kèm với bánh tortilla. Làm được 8 cốc nước chấm

3. Nachos thịt bò đầy đủ

THÀNH PHẦN

- Thịt bò xay (1 lbs, 0,45 kg)
- 1 túi bánh tortilla lớn
- 1 quả ớt chuông xanh, bỏ hạt và thái hạt lựu
- Hành lá, thái lát – ½ cốc
- Hành đỏ, gọt vỏ và thái hạt lựu – ½ cốc
- Phô mai Cheddar cắt nhỏ – 3 cốc
- Kem chua, guacamole, salsa – dùng kèm

Hướng:

a) Trong chảo gang, xếp hai lớp bánh tortilla.
b) Rắc thịt bò xay, ớt chuông, hành lá, hành tím và cuối cùng là phô mai cheddar.
c) Đặt chảo gang lên vỉ nướng và nấu trong khoảng 10 phút cho đến khi phô mai tan chảy hoàn toàn.
d) Lấy vỉ nướng ra và dùng kèm với kem chua, guacamole và salsa bên cạnh.

4. **Tater tot nachos**

PHỤC VỤ: 2

THÀNH PHẦN

2 phần Tater Tots

6 oz. Thịt bò xay (80/20), nấu chín

2 oz. Phô mai Cheddar, cắt nhỏ

2 muỗng canh. Kem chua

6 Quả ô liu đen, thái lát

1 muỗng canh. điệu Salsa

1/2 quả ớt Jalapeno vừa, thái lát

HƯỚNG

1. Trong một đĩa thịt hầm nhỏ hoặc chảo gang mini, đặt 9-10 miếng khoai tây chiên.

2.Thêm 1/2 thịt bò xay và 1/2 phô mai cắt nhỏ. Bắt đầu lớp thứ hai với ít khoai tây hơn, 1/2 số thịt bò còn lại và 1/2 số phô mai còn lại. Lặp lại với phần cuối cùng của tater tots. Nướng trong lò khoảng 4-5 phút để phô mai tan chảy.

3. Ăn kèm ớt jalapenos, kem chua, ô liu đen và salsa. Thưởng thức!

5. Nacho nướng

Nguyên liệu

- phô mai cắt nhỏ
- Cà chua
- thịt bò nâu
- điệu Salsa

Hướng:

a) Đơn giản chỉ cần lót giấy nhôm vào vỉ nướng và xếp khoai tây chiên vào. Thêm bất cứ thứ gì bạn thích lên trên,

b) Đậy nắp và đặt ở lửa vừa đến thấp trong vài phút. Lấy ra khỏi lửa khi phô mai tan chảy và phục vụ.

6. Nachos thải độc

Làm: 3 phần ăn

THÀNH PHẦN

- ½ quả bơ, thái hạt lựu
- 1 muỗng canh dầu ô liu nguyên chất
- 2 chén rau chân vịt non
- ½ pound thịt bò xay hữu cơ
- Kem chua, ớt jalapeños cắt lát, ngò tươi để trang trí
- Bánh tortilla xanh mè
- 2 tép tỏi, băm nhỏ
- ½ củ hành trắng, xắt nhỏ
- 1 quả cà chua, xắt nhỏ

HƯỚNG DẪN

a) Đun nóng dầu trong chảo trên lửa vừa.
b) Nấu tỏi cho đến khi vàng.
c) Thêm rau bina và nấu cho đến khi rau bina héo khoảng 5 phút.
d) Để qua một bên.
e) Thêm thịt bò xay vào cùng một chảo, dùng thìa gỗ bẻ nhỏ khi nấu.
f) Khi thịt chín, lấy thịt ra khỏi chảo và đặt lên trên rau bina.
g) Ăn kèm hành tây, cà chua và bơ ở trên.
h) Trang trí với kem chua, ớt jalapenos và ngò.
i) Ăn kèm với bánh tortilla.

7. Nachos bò Hàn Quốc

THÀNH PHẦN

1 lb thịt bò xay
2 muỗng canh. xì dầu
1 muỗng canh. đường nâu
1 muỗng canh. dầu mè
1/2 muỗng cà phê. bột tỏi
1/2 muỗng cà phê. bột hành tây
1 túi bánh tortilla
1 chén phô mai cheddar cắt nhỏ
1 cốc phô mai Monterey Jack cắt nhỏ
1/4 chén hành lá thái lát
1/4 chén ngò tươi xắt nhỏ

HƯỚNG DẪN

Làm nóng lò ở nhiệt độ 375°F.

Trong chảo, làm nâu thịt bò xay ở lửa vừa cao. Hút hết mỡ thừa.

Trong một bát, trộn nước tương, đường nâu, dầu mè, bột tỏi và bột hành. Thêm thịt bò vào tô và trộn đều.

Trên một tấm nướng bánh, trải các miếng bánh tortilla thành một lớp.

Rắc phô mai cắt nhỏ lên khoai tây chiên, sau đó phủ hỗn hợp thịt bò lên trên.

Nướng trong vòng 10-15 phút hoặc cho đến khi phô mai tan chảy và sủi bọt.

Rắc hành lá thái lát và ngò cắt nhỏ lên trên.

8. Nacho thịt bò nướng BBQ

THÀNH PHẦN

1 lb ức bò nấu chín thái nhỏ hoặc nướng
1/2 chén sốt BBQ
1 túi bánh tortilla
1 chén phô mai cheddar cắt nhỏ
1 cốc phô mai Monterey Jack cắt nhỏ
1/4 chén hành đỏ thái hạt lựu
1/4 chén ngò tươi xắt nhỏ
Kem chua để phục vụ

HƯỚNG DẪN

Làm nóng lò ở nhiệt độ 375°F.

Trong tô, trộn thịt bò xé nhỏ với sốt BBQ.

Trên một tấm nướng bánh, trải các miếng bánh tortilla thành một lớp.

Rắc phô mai cắt nhỏ lên khoai tây chiên, sau đó phủ hỗn hợp thịt bò BBQ lên trên.

Nướng trong vòng 10-15 phút hoặc cho đến khi phô mai tan chảy và sủi bọt.

Rắc hành đỏ thái hạt lựu và ngò cắt nhỏ lên trên. Ăn kèm với kem chua.

9. Nachos thịt bò cay

THÀNH PHẦN

1 lb thịt bò xay
1 muỗng canh. bột ớt
1 muỗng cà phê. cây thì là
1/2 muỗng cà phê. ớt cựa gà
1/4 muỗng cà phê. ớt cayenne
1/2 muỗng cà phê. muối
1 túi bánh tortilla
1 chén phô mai cheddar cắt nhỏ
1 cốc phô mai Monterey Jack cắt nhỏ
1/4 chén jalapeño thái hạt lựu
1/4 chén ngò tươi xắt nhỏ

HƯỚNG DẪN

Làm nóng lò ở nhiệt độ 375°F.

Trong chảo, làm nâu thịt bò xay ở lửa vừa cao. Hút hết mỡ thừa.

Trong một bát, trộn bột ớt, thì là, ớt bột, ớt cayenne và muối. Thêm thịt bò vào tô và trộn đều.

Trên một tấm nướng bánh, trải các miếng bánh tortilla thành một lớp.

Rắc phô mai cắt nhỏ lên khoai tây chiên, sau đó phủ hỗn hợp thịt bò lên trên.

Nướng trong vòng 10-15 phút hoặc cho đến khi phô mai tan chảy và sủi bọt.

Phủ ớt jalapeño thái hạt lựu và ngò cắt nhỏ lên trên.

10. <u>Bánh Nachos bít tết phô mai Philly</u>

THÀNH PHẦN

1 lb thăn bò thái lát mỏng hoặc bít tết sườn
2 muỗng canh. dầu ô liu
1 củ hành tây thái hạt lựu
1 quả ớt chuông xanh thái hạt lựu
1/4 chén nấm thái lát
1 túi bánh tortilla
1 cốc phô mai provolone cắt nhỏ
1/4 chén mùi tây tươi xắt nhỏ

HƯỚNG DẪN

Làm nóng lò ở nhiệt độ 375°F.
Trong chảo, đun nóng dầu ô liu trên lửa vừa cao. Thêm thịt bò thái lát mỏng và nấu cho đến khi chín. Thêm hành tây thái hạt lựu, ớt chuông xanh và nấm thái lát vào nấu cho đến khi mềm.
Trên một tấm nướng bánh, trải các miếng bánh tortilla thành một lớp.
4. Rắc phô mai provolone cắt nhỏ lên khoai tây chiên, sau đó phủ hỗn hợp thịt bò lên trên.

Nướng trong vòng 10-15 phút hoặc cho đến khi phô mai tan chảy và sủi bọt.

Rắc mùi tây tươi xắt nhỏ lên trên.

11. <u>bánh Nacho bít tết</u>

THÀNH PHẦN

1 lb. sườn nướng, thái lát mỏng
1 túi bánh tortilla
1 chén phô mai cheddar cắt nhỏ
1 cốc phô mai Monterey Jack cắt nhỏ
1/4 chén hành đỏ thái hạt lựu
1/4 chén ngò tươi xắt nhỏ
Kem chua để phục vụ

HƯỚNG DẪN

Làm nóng lò ở nhiệt độ 375°F.

Trên một tấm nướng bánh, trải các miếng bánh tortilla thành một lớp.

Rắc phô mai cắt nhỏ lên khoai tây chiên, sau đó phủ sườn nướng lên trên.

Nướng trong vòng 10-15 phút hoặc cho đến khi phô mai tan chảy và sủi bọt.

Rắc hành đỏ thái hạt lựu và ngò cắt nhỏ lên trên. Ăn kèm với kem chua.

12. Nachos thịt bò và đậu

THÀNH PHẦN

1 lb thịt bò xay
1 lon đậu đen, để ráo nước và rửa sach
1 muỗng canh. bột ớt
1 muỗng cà phê. cây thì là
1/2 muỗng cà phê. ớt cựa gà
1/4 muỗng cà phê. ớt cayenne
1/2 muỗng cà phê. muối
1 túi bánh tortilla
1 chén phô mai cheddar cắt nhỏ
1 cốc phô mai Monterey Jack cắt nhỏ
1/4 chén ngò tươi xắt nhỏ
Kem chua để phục vụ

HƯỚNG DẪN

Làm nóng lò ở nhiệt độ 375°F.

Trong chảo, làm nâu thịt bò xay ở lửa vừa cao. Hút hết mỡ thừa.

Thêm đậu đen, bột ớt, thì là, ớt bột, ớt cayenne và muối vào chảo. Khuấy để kết hợp.

Trên một tấm nướng bánh, trải các miếng bánh tortilla thành một lớp.

Rắc phô mai cắt nhỏ lên khoai tây chiên, sau đó phủ hỗn hợp thịt bò và đậu lên trên.

Nướng trong vòng 10-15 phút hoặc cho đến khi phô mai tan chảy và sủi bọt.

Rắc ngò tươi xắt nhỏ lên trên. Ăn kèm với kem chua.

13. Nachos thịt bò Taco

THÀNH PHẦN

1 lb thịt bò xay
1 muỗng canh. bột ớt
1 muỗng cà phê. cây thì là
1/2 muỗng cà phê. ớt cựa gà
1/4 muỗng cà phê. ớt cayenne
1/2 muỗng cà phê. muối
1 túi bánh tortilla
1 chén phô mai cheddar cắt nhỏ
1 cốc phô mai Monterey Jack cắt nhỏ
1/4 cốc cà chua thái hạt lựu
1/4 chén hành đỏ thái hạt lựu
1/4 chén ngò tươi xắt nhỏ
Kem chua để phục vụ

HƯỚNG DẪN

Làm nóng lò ở nhiệt độ 375°F.

Trong chảo, làm nâu thịt bò xay ở lửa vừa cao. Hút hết mỡ thừa.

Thêm bột ớt, thì là, ớt bột, ớt cayenne và muối vào chảo. Khuấy để kết hợp.

Trên một tấm nướng bánh, trải các miếng bánh tortilla thành một lớp.

Rắc phô mai cắt nhỏ lên khoai tây chiên, sau đó phủ hỗn hợp thịt bò taco lên trên.

Nướng trong vòng 10-15 phút hoặc cho đến khi phô mai tan chảy và sủi bọt.

Phủ cà chua thái hạt lựu, hành đỏ thái hạt lựu và ngò xắt nhỏ lên trên. Ăn kèm với kem chua.

14. Thịt bò Fajita Nachos

THÀNH PHẦN

1 lb. bít tết, thái lát
1 quả ớt chuông đỏ, thái lát
1 quả ớt chuông xanh, thái lát
1/2 củ hành tây, thái lát
1 túi bánh tortilla
1 chén phô mai cheddar cắt nhỏ
1/4 chén ngò tươi xắt nhỏ
Kem chua để phục vụ

HƯỚNG DẪN

Làm nóng lò ở nhiệt độ 375°F.
Trong chảo, nấu bít tết ở lửa vừa cao cho đến khi chín vàng. Lấy ra khỏi chảo và đặt sang một bên.
Trong cùng một chiếc chảo, nấu ớt chuông đỏ, xanh và hành tây cho đến khi mềm.
Trên một tấm nướng bánh, trải các miếng bánh tortilla thành một lớp.
Rắc phô mai cheddar cắt nhỏ lên khoai tây chiên, sau đó phủ hỗn hợp thịt bò và hạt tiêu fajita lên trên.
Nướng trong vòng 10-15 phút hoặc cho đến khi phô mai tan chảy và sủi bọt.
Rắc ngò tươi xắt nhỏ lên trên. Ăn kèm với kem chua.

NACHOS GÀ

15. Nachos gà nạp

2 chén thịt gà nấu chín và xé nhỏ
1 túi bánh tortilla
2 chén phô mai cheddar cắt nhỏ
1 lon đậu đen
1/2 chén hành đỏ thái hạt lựu
1/2 chén ớt chuông đỏ thái hạt lựu
1/2 chén ớt chuông xanh thái hạt lựu
1/4 chén rau mùi xắt nhỏ
1/4 cốc kem chua
Xếp các miếng bánh tortilla lên khay nướng và đặt thịt gà xé nhỏ, phô mai, đậu đen, hành tím, ớt chuông đỏ, ớt chuông xanh và ngò lên trên. Nướng trong vòng 10-15 phút hoặc cho đến khi phô mai tan chảy. Phủ kem chua trước khi dùng.

16. Thịt gà hầm Nacho

THÀNH PHẦN

75 lbs. Đùi gà không xương, không da
1 1/2 muỗng cà phê. Gia vị ớt
2 muỗng canh. Dầu ô liu
4 oz. kem phô mai
4 oz. Phô Mai Cheddar
1 chén ớt xanh và cà chua
3 muỗng canh. Phô Mai Parmesan (~45g)
1/4 cốc kem chua
16 oz. gói Súp lơ đông lạnh
1 quả ớt Jalapeno vừa
Muối và hạt tiêu để nếm

HƯỚNG

1. Làm nóng lò ở nhiệt độ 375F. Dùng kéo nhà bếp chặt thịt gà thành từng miếng vừa ăn. Ướp gà với gia vị muối, tiêu, ớt.
2. Ở lửa vừa cao, nấu gà trong dầu ô liu cho đến khi chín vàng đều các mặt.
3. Thêm phô mai kem, kem chua và 3/4 phô mai cheddar vào gà, sau đó khuấy đều cho đến khi tan chảy và trộn đều. Thêm cà chua và ớt xanh vào rồi trộn đều.
4. Trong đĩa hầm, thêm hỗn hợp thịt gà từ chảo vào.
5. Súp lơ đông lạnh cho vào lò vi sóng cho chín. Sử dụng máy xay ngâm để trộn với phô mai còn lại thành hỗn hợp sệt giống như khoai tây nghiền. Nêm với muối và hạt tiêu.
6. Cắt ớt jalapeno thành từng miếng. Rải hỗn hợp súp lơ lên trên mặt thịt hầm, sau đó rắc hạt tiêu jalapeno lên trên. Nướng trong 15-20 phút hoặc cho đến khi có màu sắc ở trên và ớt jalapenos đã chín.
7. Cắt lát và thưởng thức. Một ít rau mùi tươi xắt nhỏ có hương vị tuyệt vời bên trên!

17. Nachos gà trâu

2 chén thịt gà nấu chín và xé nhỏ
1 túi bánh tortilla
2 chén phô mai Monterey Jack cắt nhỏ
1/2 chén nước sốt trâu
1/4 chén rau mùi xắt nhỏ
1/4 chén cần tây thái hạt lựu
Xếp các miếng bánh tortilla lên khay nướng và đặt thịt gà xé nhỏ, phô mai cắt nhỏ, sốt trâu, ngò và cần tây lên trên. Nướng trong vòng 10-15 phút hoặc cho đến khi phô mai tan chảy.

18. <u>Nachos Ý</u>

Tạo ra: 1

THÀNH PHẦN

ALFREDO SAUCE

- 1 cốc rưỡi
- 1 cốc kem đặc
- 2 muỗng canh bơ không muối
- 2 tép tỏi băm
- ½ cốc Parmesan
- Muối và tiêu
- 2 thìa bột mì

BÁNH NACHOS

- Giấy gói hoành thánh cắt thành hình tam giác
- 1 con gà luộc chín và xé nhỏ
- Ớt xào
- Phô mai mozzarella
- Quả ô liu
- Rau mùi tây xắt nhỏ
- Parmesan cheese
- Dầu chiên đậu phộng hoặc cải dầu

HƯỚNG DẪN

a) Thêm bơ không muối vào chảo nước sốt và đun chảy trên lửa vừa.

b) Khuấy tỏi cho đến khi tất cả bơ tan chảy.

c) Thêm bột nhanh chóng và đánh liên tục cho đến khi bột thành khối và vàng.

d) Trong một bát trộn, trộn kem đặc và nửa rưỡi.

e) Đun sôi, sau đó giảm lửa nhỏ và nấu trong 8-10 phút hoặc cho đến khi đặc lại.

f) Nêm với muối và hạt tiêu.

g) Hoành thánh: Đun nóng dầu trong chảo lớn trên lửa vừa cao, khoảng ⅓ nhiệt độ lên.

h) Thêm từng miếng hoành thánh vào và đun nóng cho đến khi mặt dưới hơi vàng, sau đó lật và nấu mặt còn lại.

i) Đặt một chiếc khăn giấy lên trên cống.

j) Làm nóng lò ở nhiệt độ 350°F và lót giấy nến vào khay nướng, sau đó là hoành thánh.

k) Thêm sốt Alfredo, thịt gà, ớt và phô mai mozzarella lên trên.

l) Đặt dưới vỉ nướng thịt trong lò nướng trong 5-8 phút hoặc cho đến khi phô mai tan chảy hoàn toàn.

m) Lấy ra khỏi lò và rắc ô liu, phô mai parmesan và mùi tây lên trên.

19. Gà Fajita Nachos

THÀNH PHẦN

2 ức gà, thái lát mỏng
2 muỗng canh. dầu ô liu
1 củ hành tây thái hạt lựu
1 quả ớt chuông xanh thái hạt lựu
1 túi bánh tortilla
1 chén phô mai cheddar cắt nhỏ
1 cốc phô mai Monterey Jack cắt nhỏ
1 quả cà chua thái hạt lựu
1/4 chén ngò tươi xắt nhỏ
Kem chua để phục vụ

HƯỚNG DẪN

Làm nóng lò ở nhiệt độ 375°F.

Trong chảo, đun nóng dầu ô liu trên lửa vừa cao. Thêm ức gà thái lát mỏng và nấu cho đến khi chín vàng. Thêm hành tây thái hạt lựu và ớt chuông xanh vào nấu cho đến khi mềm.

Trên một tấm nướng bánh, trải các miếng bánh tortilla thành một lớp.

Rắc hỗn hợp thịt gà lên khoai tây chiên, sau đó phủ phô mai cắt nhỏ và cà chua thái hạt lựu lên trên.

Nướng trong vòng 10-15 phút hoặc cho đến khi phô mai tan chảy và sủi bọt.

Rắc ngò xắt nhỏ lên trên và dùng kèm với kem chua.

20. Nachos gà cổ điển

THÀNH PHẦN

2 chén thịt gà xé nấu chín
1 túi bánh tortilla
1 chén phô mai cheddar cắt nhỏ
1 cốc phô mai Monterey Jack cắt nhỏ
1/4 cốc cà chua thái hạt lựu
1/4 chén hành đỏ thái hạt lựu
1/4 chén ngò tươi xắt nhỏ
Kem chua để phục vụ

HƯỚNG DẪN

Làm nóng lò ở nhiệt độ 375°F.

Trên một tấm nướng bánh, trải các miếng bánh tortilla thành một lớp.

Rắc phô mai cắt nhỏ lên khoai tây chiên, sau đó phủ thịt gà xé đã nấu chín lên trên.

Nướng trong vòng 10-15 phút hoặc cho đến khi phô mai tan chảy và sủi bọt.

Phủ cà chua thái hạt lựu, hành đỏ thái hạt lựu và ngò xắt nhỏ lên trên. Ăn kèm với kem chua.

21. Nachos gà BBQ

THÀNH PHẦN

2 chén thịt gà xé nấu chín
1/2 chén sốt BBQ
1 túi bánh tortilla
1 chén phô mai cheddar cắt nhỏ
1/4 chén hành đỏ thái hạt lựu
1/4 chén ngò tươi xắt nhỏ
Trang phục trang trại để phục vụ

HƯỚNG DẪN

Làm nóng lò ở nhiệt độ 375°F.

Trong tô, trộn thịt gà xé đã nấu chín với sốt BBQ.

Trên một tấm nướng bánh, trải các miếng bánh tortilla thành một lớp.

Rắc phô mai cheddar cắt nhỏ lên khoai tây chiên, sau đó phủ hỗn hợp gà BBQ lên trên.

Nướng trong vòng 10-15 phút hoặc cho đến khi phô mai tan chảy và sủi bọt.

Rắc hành đỏ thái hạt lựu và ngò cắt nhỏ lên trên. Ăn kèm với nước sốt trang trại.

22. Gà Enchilada Nachos

THÀNH PHẦN

2 chén thịt gà xé nấu chín
1 lon (10 oz.) sốt enchilada đỏ
1 túi bánh tortilla
1 chén phô mai cheddar cắt nhỏ
1/4 chén hành đỏ thái hạt lựu
1/4 chén ngò tươi xắt nhỏ
Kem chua để phục vụ

HƯỚNG DẪN

Làm nóng lò ở nhiệt độ 375°F.

Trong tô, trộn gà xé đã nấu chín với sốt enchilada đỏ.

Trên một tấm nướng bánh, trải các miếng bánh tortilla thành một lớp.

Rắc phô mai cheddar cắt nhỏ lên khoai tây chiên, sau đó phủ hỗn hợp thịt gà và nước sốt enchilada lên trên.

Nướng trong vòng 10-15 phút hoặc cho đến khi phô mai tan chảy và sủi bọt.

Phủ hành đỏ thái hạt lựu và ngò tươi xắt nhỏ lên trên. Ăn kèm với kem chua.

23. Nachos gà Guacamole

THÀNH PHẦN

2 chén thịt gà xé nấu chín
1/2 cốc guacamole
1 túi bánh tortilla
1 cốc phô mai Monterey Jack cắt nhỏ
1/4 cốc cà chua thái hạt lựu
1/4 chén hành đỏ thái hạt lựu
Kem chua để phục vụ

HƯỚNG DẪN

Làm nóng lò ở nhiệt độ 375°F.

Trên một tấm nướng bánh, trải các miếng bánh tortilla thành một lớp.

Rắc phô mai Monterey Jack cắt nhỏ lên khoai tây chiên, sau đó phủ thịt gà xé đã nấu chín lên trên.

Nướng trong vòng 10-15 phút hoặc cho đến khi phô mai tan chảy và sủi bọt.

Phủ một ít guacamole, cà chua thái hạt lựu và hành đỏ thái hạt lựu lên trên. Ăn kèm với kem chua.

24. Gà Taco Nachos

THÀNH PHẦN

2 chén thịt gà xé nấu chín
1 gói gia vị taco
1 túi bánh tortilla
1 chén phô mai cheddar cắt nhỏ
1/4 cốc cà chua thái hạt lựu
1/4 chén hành đỏ thái hạt lựu
Kem chua để phục vụ

HƯỚNG DẪN

Làm nóng lò ở nhiệt độ 375°F.

Trong một cái bát, trộn thịt gà xé đã nấu chín với gia vị taco.

Trên một tấm nướng bánh, trải các miếng bánh tortilla thành một lớp.

Rắc phô mai cheddar cắt nhỏ lên khoai tây chiên, sau đó phủ hỗn hợp gia vị gà và taco lên trên.

Nướng trong vòng 10-15 phút hoặc cho đến khi phô mai tan chảy và sủi bọt.

Phủ cà chua thái hạt lựu và hành đỏ thái hạt lựu lên trên. Ăn kèm với kem chua.

25. Nachos gà ớt

THÀNH PHẦN

2 chén thịt gà xé nấu chín
1 lon (15 oz.) ớt với đậu
1 túi bánh tortilla
1 chén phô mai cheddar cắt nhỏ
1/4 chén hành đỏ thái hạt lựu
Kem chua để phục vụ

HƯỚNG DẪN

Làm nóng lò ở nhiệt độ 375°F.

Trong chảo, đun nóng ớt với đậu.

Trên một tấm nướng bánh, trải các miếng bánh tortilla thành một lớp.

Rắc phô mai cheddar cắt nhỏ lên khoai tây chiên, sau đó phủ thịt gà xé đã nấu chín lên trên.

Đổ ớt nóng với đậu lên gà và phô mai.

Nướng trong vòng 10-15 phút hoặc cho đến khi phô mai tan chảy và sủi bọt.

Top với hành đỏ thái hạt lựu. Ăn kèm với kem chua.

26. Thịt gà xông khói Nachos

THÀNH PHẦN

2 chén thịt gà xé nấu chín
1/2 cốc nước sốt trang trại
1 túi bánh tortilla
1 chén phô mai cheddar cắt nhỏ
1/4 chén thịt xông khói vụn
1/4 chén mùi tây tươi xắt nhỏ

HƯỚNG DẪN

Làm nóng lò ở nhiệt độ 375°F.
Trong một cái bát, trộn thịt gà xé đã nấu chín với nước sốt trang trại.
Trên một tấm nướng bánh, trải các miếng bánh tortilla thành một lớp.
Rắc phô mai cheddar cắt nhỏ lên khoai tây chiên, sau đó phủ hỗn hợp thịt gà và nước sốt trang trại lên trên.
5. Rắc thịt xông khói vụn lên trên.

Nướng trong vòng 10-15 phút hoặc cho đến khi phô mai tan chảy và sủi bọt.

Rắc mùi tây tươi xắt nhỏ lên trên.

27. Nachos gà bơ

THÀNH PHẦN

2 chén thịt gà xé nấu chín
1 túi bánh tortilla
1 chén phô mai hạt tiêu cắt nhỏ
1 quả bơ, thái hạt lựu
1/4 chén hành đỏ thái hạt lựu
1/4 chén ngò tươi xắt nhỏ
Nêm chanh để phục vụ

HƯỚNG DẪN

Làm nóng lò ở nhiệt độ 375°F.

Trên một tấm nướng bánh, trải các miếng bánh tortilla thành một lớp.

Rắc phô mai hạt tiêu cắt nhỏ lên trên khoai tây chiên, sau đó phủ thịt gà xé đã nấu chín lên trên.

Nướng trong vòng 10-15 phút hoặc cho đến khi phô mai tan chảy và sủi bọt.

Phủ bơ thái hạt lựu, hành đỏ thái hạt lựu và ngò tươi cắt nhỏ lên trên.

Ăn kèm với chanh ở bên cạnh.

28. Nachos gà kiểu Hy Lạp

THÀNH PHẦN

2 chén thịt gà xé nấu chín
1 túi bánh pita chip
1 cốc phô mai feta vụn
1/2 chén dưa chuột thái hạt lựu
1/4 chén hành đỏ thái hạt lựu
1/4 chén ô liu Kalamata cắt nhỏ
1/4 chén mùi tây tươi xắt nhỏ
1/4 chén nước sốt tzatziki để phục vụ

HƯỚNG DẪN

Làm nóng lò ở nhiệt độ 375°F.
Trên một tấm nướng bánh, trải các miếng pita chip thành một lớp.
Rắc phô mai feta vụn lên trên khoai tây chiên, sau đó phủ thịt gà xé đã nấu chín lên trên.
Nướng trong vòng 10-15 phút hoặc cho đến khi phô mai tan chảy và sủi bọt.
Phủ dưa chuột thái hạt lựu, hành đỏ thái hạt lựu, ô liu Kalamata cắt nhỏ và rau mùi tây tươi cắt nhỏ lên trên.
Ăn kèm với sốt tzatziki.

29. Nachos gà Teriyaki

THÀNH PHẦN

2 chén thịt gà xé nấu chín
1/4 chén sốt teriyaki
1 túi bánh tortilla
1 cốc phô mai Monterey Jack cắt nhỏ
1/4 chén hành lá thái hạt lựu
Hạt mè để phục vụ

HƯỚNG DẪN

Làm nóng lò ở nhiệt độ 375°F.

Trong tô, trộn gà xé đã nấu chín với sốt teriyaki.

Trên một tấm nướng bánh, trải các miếng bánh tortilla thành một lớp.

Rắc phô mai Monterey Jack cắt nhỏ lên khoai tây chiên, sau đó phủ hỗn hợp thịt gà và sốt teriyaki lên trên.

Nướng trong vòng 10-15 phút hoặc cho đến khi phô mai tan chảy và sủi bọt.

Rắc hành lá thái hạt lựu và hạt vừng lên trên.

30. Nachos gà Caprese

THÀNH PHẦN

2 chén thịt gà xé nấu chín
1 túi bánh pita chip
1 cốc phô mai mozzarella thái nhỏ
1 quả cà chua, thái hạt lựu
1/4 chén húng quế tươi xắt nhỏ
Men balsamic để phục vụ

HƯỚNG DẪN

Làm nóng lò ở nhiệt độ 375°F.

Trên một tấm nướng bánh, trải các miếng pita chip thành một lớp.

Rắc phô mai mozzarella cắt nhỏ lên khoai tây chiên, sau đó phủ thịt gà xé đã nấu chín lên trên.

Nướng trong vòng 10-15 phút hoặc cho đến khi phô mai tan chảy và sủi bọt.

Phủ cà chua thái hạt lựu và húng quế tươi cắt nhỏ lên trên.

Rưới men balsamic trước khi dùng.

31. Nachos gà BBQ Hàn Quốc

THÀNH PHẦN

2 chén thịt gà xé nấu chín
1/4 chén sốt BBQ Hàn Quốc
1 túi bánh tortilla
1 chén phô mai hạt tiêu cắt nhỏ
1/4 chén hành đỏ thái hạt lựu
1/4 chén ngò tươi xắt nhỏ
Sriracha mayo để phục vụ

HƯỚNG DẪN

Làm nóng lò ở nhiệt độ 375°F.

Trong tô, trộn gà xé đã nấu chín với sốt BBQ Hàn Quốc.

Trên một tấm nướng bánh, trải các miếng bánh tortilla thành một lớp.

Rắc phô mai jack tiêu cắt nhỏ lên trên khoai tây chiên, sau đó phủ hỗn hợp thịt gà và sốt BBQ Hàn Quốc lên trên.

Nướng trong vòng 10-15 phút hoặc cho đến khi phô mai tan chảy và sủi bọt.

Phủ hành đỏ thái hạt lựu và ngò tươi xắt nhỏ lên trên.

Rắc thêm sriracha mayo trước khi dùng.

NACHOS THỊ T HEO

32. Nachos thịt lợn kéo

2 chén thịt heo đã nấu chín và thái nhỏ
1 túi bánh tortilla
2 chén phô mai Monterey Jack cắt nhỏ
1 chén sốt BBQ
1/2 chén hành đỏ thái hạt lựu
1/2 chén dứa thái hạt lựu
1/4 chén rau mùi xắt nhỏ
Xếp các miếng bánh tortilla lên khay nướng và đặt thịt lợn kéo, phô mai, sốt BBQ, hành đỏ và dứa lên trên. Nướng trong vòng 10-15 phút hoặc cho đến khi phô mai tan chảy. Rắc rau mùi lên trên trước khi dùng.

33. Bữa sáng Nachos thịt xông khói

1 túi bánh tortilla
2 chén phô mai cheddar cắt nhỏ
4 quả trứng bác
4 lát thịt xông khói nấu chín, cắt nhỏ
1/2 chén cà chua thái hạt lựu
1/4 chén hành lá xắt nhỏ
1/4 cốc kem chua
Xếp các miếng bánh tortilla lên khay nướng và phủ phô mai cắt nhỏ, trứng bác, thịt xông khói cắt nhỏ, cà chua thái hạt lựu và hành lá lên trên. Nướng trong vòng 10-15 phút hoặc cho đến khi phô mai tan chảy. Phủ kem chua trước khi dùng.

34. Nacho Hawaii

1 túi bánh tortilla
2 chén phô mai mozzarella cắt nhỏ
1 chén giăm bông thái hạt lựu
1 chén dứa thái hạt lựu
1/2 chén hành đỏ thái hạt lựu
1/4 chén rau mùi xắt nhỏ
Xếp các miếng bánh tortilla lên khay nướng và phủ phô mai mozzarella cắt nhỏ, giăm bông thái hạt lựu, dứa thái hạt lựu, hành tím và ngò lên trên. Nướng trong vòng 10-15 phút hoặc cho đến khi phô mai tan chảy.

35. Nachos thịt lợn chanh mật ong

Tạo ra: 8

THÀNH PHẦN

- 1,5 pound thịt thăn lợn không xương, cắt nhỏ
- 1¼ thìa cà phê muối kosher
- 3 thìa mật ong
- 3 thìa nước cốt chanh tươi
- 1 muỗng canh tỏi thái lát
- 8 ounce bánh tortilla nướng nhiều hạt
- 4 ounce phô mai Jack tiêu, cắt nhỏ
- ½ cốc cà chua thái hạt lựu
- ⅓ chén hành đỏ thái lát mỏng
- ¼ chén ngò tươi xắt nhỏ
- ⅓ cốc kem chua ít béo
- 2 thìa sữa nguyên chất
- 8 miếng chanh

HƯỚNG DẪN

a) Rắc thịt lợn với 1 muỗng cà phê muối rồi cho vào Nồi Hầm. Rưới mật ong và nước cốt chanh; đặt những lát tỏi lên trên.

b) Nấu chậm cho đến khi nhiệt kế cắm vào phần dày nhất của thịt lợn ghi 140°F, từ 2 đến 3 giờ.

c) Chuyển thịt lợn sang thớt, để phần nước xốt vào Nồi Hầm; để thịt lợn nghỉ trong 10 phút. Cắt thịt lợn thành những khối nhỏ và trộn với nước xốt đã để sẵn vào Nồi Hầm.

d) Xếp khoai tây chiên thành một lớp đều trên khay nướng có viền, đặt thịt lợn và phô mai lên trên.

e) Đun cho đến khi phô mai tan chảy, khoảng 4 phút. Phủ cà chua, hành tây, ngò và ¼ thìa cà phê muối còn lại lên trên.

f) Trộn kem chua và sữa rồi rưới lên nachos.

g) Ăn kèm với chanh.

36. Nachos vùng Caribe

Thành phần

- 1 gói bánh tortilla (16 ounce)
- 1 quả ớt chuông đỏ, thái hạt lựu
- 1 bó hành lá, xắt nhỏ
- 1 quả bơ - gọt vỏ, bỏ hạt và thái hạt lựu
- 1/2 quả dứa, gọt vỏ và cắt nhỏ
- 8 lát thịt xông khói dày
- 3/4 cốc nước xốt thịt giật kiểu Caribe
- 1 pound tôm nấu chín, bóc vỏ
- 1/2 pound phô mai jack Monterey

Hướng

a) Xếp các miếng khoai tây chiên lên khay hoặc tấm bánh quy. Xếp ớt đỏ, ớt cam, hành tây, bơ và dứa kết hợp với khoai tây chiên.

b) Đặt thịt xông khói vào một cái chảo lớn và sâu lòng. Nấu trên lửa vừa cao cho đến khi giòn đều; để ráo nước trên đĩa có lót khăn giấy.

c) Đổ nước xốt vào nồi trên lửa vừa. Nấu, khuấy liên tục trước khi nước xốt giảm đến độ sệt sệt, khoảng ba phút. Thêm tôm và khuấy đều; nấu chín trước khi tôm còn nóng. Rải tôm lên trên bánh nachos; phủ phô mai Monterrey Jack và ngò lên trên.

d) Đặt nachos vào lò nướng trước khi phô mai tan chảy, khoảng 7 phút.

37. Nachos thịt lợn nướng BBQ

THÀNH PHẦN

2 chén thịt heo nấu chín thái nhỏ
1/4 chén nước sốt thịt nướng
1 túi bánh tortilla
1 chén phô mai cheddar cắt nhỏ
1 cốc phô mai Monterey Jack cắt nhỏ
1 củ hành đỏ thái hạt lựu
1/4 chén ngò tươi xắt nhỏ
Kem chua để phục vụ

HƯỚNG DẪN

Làm nóng lò ở nhiệt độ 375°F.

Trong một cái bát, trộn thịt lợn xé nhỏ với nước sốt thịt nướng cho đến khi ngấm đều.

Trên một tấm nướng bánh, trải các miếng bánh tortilla thành một lớp.

Rắc thịt lợn kéo lên trên khoai tây chiên, sau đó phủ phô mai cắt nhỏ và hành đỏ thái hạt lựu lên trên.

Nướng trong vòng 10-15 phút hoặc cho đến khi phô mai tan chảy và sủi bọt.

Rắc ngò tươi lên trên và dùng kèm kem chua.

NACHOS RAU CỦ

38. Rau và Cheddar Nachos

1 túi bánh tortilla
2 chén phô mai cheddar cắt nhỏ
1 lon đậu đen
1 quả ớt chuông đỏ thái hạt lựu
1 quả ớt chuông xanh thái hạt lựu
1/2 chén hành tây thái hạt lựu
1/2 chén cà chua thái hạt lựu
1/4 chén rau mùi xắt nhỏ
Xếp các miếng bánh tortilla lên khay nướng và phủ phô mai cắt nhỏ, đậu đen, ớt chuông đỏ, ớt chuông xanh, hành tây và cà chua lên trên. Nướng trong vòng 10-15 phút hoặc cho đến khi phô mai tan chảy. Rắc rau mùi lên trên trước khi dùng.

39. Nacho rau củ

Khẩu phần: 3

THÀNH PHẦN

8 ounce bánh Tortilla
½ chén gà nướng
1 lon Đậu đen, để ráo nước, rửa sạch
1 cốc queso trắng
½ cốc cà chua nho, cắt đôi
⅓ cốc Hành lá, thái hạt lựu

Hướng:

1.Dùng giấy bạc để lót giỏ chiên.
2. Dùng bình xịt chống dính phủ lên bề mặt.
3. Xếp các lớp nachos bằng cách xếp khoai tây chiên, thịt gà và đậu lên trên.
4. Đặt một lớp queso lên trên.
5. Thêm cà chua và hành tây lên trên.
6.Bật Lò nướng không khí kỹ thuật số Ninja Foodi và xoay núm để chọn "Air Fry".
7. Chọn bộ hẹn giờ trong 5 phút và nhiệt độ ở mức 355 ° F.
8. Lấy ra khỏi Lò nướng không khí kỹ thuật số Ninja Foodi để phục vụ.

40. Nachos khoai lang

Tạo ra: 6

THÀNH PHẦN

- 1 muỗng canh dầu ô liu
- ⅓ cốc cà chua cắt nhỏ
- ⅓ cốc bơ cắt nhỏ
- 1 thìa cà phê ớt bột
- 1 thìa cà phê bột tỏi
- 3 củ khoai lang
- 1½ thìa cà phê ớt bột
- ⅓ cốc phô mai Cheddar cắt nhỏ ít béo

HƯỚNG DẪN

a) Làm nóng lò ở nhiệt độ 425 độ F. Phủ chảo nướng bằng bình xịt chống dính và phủ giấy bạc lên chúng.
b) Gọt vỏ và cắt mỏng khoai lang thành từng viên tròn 14 inch.
c) Trộn các viên tròn với dầu ô liu, bột ớt, bột tỏi và ớt bột.
d) Trải đều trên chảo đã làm nóng trước và nướng trong 25 phút, lật nửa chừng thời gian nấu cho đến khi giòn.
e) Lấy chảo ra khỏi lò và phủ đậu và phô mai lên trên khoai lang.
f) Nướng thêm 2 phút nữa cho đến khi phô mai tan chảy.
g) Cho cà chua và bơ vào. Phục vụ.

41. Nachos da khoai tây nạp

THÀNH PHẦN

4 củ khoai tây màu nâu đỏ
2 muỗng canh. dầu ô liu
1 túi bánh tortilla
1 chén phô mai cheddar cắt nhỏ
1 cốc phô mai Monterey Jack cắt nhỏ
6 dải thịt xông khói nấu chín, vụn
1/4 chén hành lá thái lát
1/4 cốc kem chua

HƯỚNG DẪN

Làm nóng lò ở nhiệt độ 375°F.

Rửa và lau khô khoai tây, sau đó dùng nĩa đâm khắp mặt. Chà với dầu ô liu và đặt lên một tấm nướng bánh. Nướng trong 45-60 phút, hoặc cho đến khi mềm.

Cắt khoai tây làm đôi theo chiều dọc và nạo lấy phần thịt, để lại một lớp khoai tây mỏng trên vỏ.

Trên một tấm nướng bánh, trải các miếng bánh tortilla thành một lớp. Đặt vỏ khoai tây lên trên khoai tây chiên.

Rắc phô mai cắt nhỏ và thịt xông khói vụn lên vỏ khoai tây và khoai tây chiên.

Nướng trong vòng 10-15 phút hoặc cho đến khi phô mai tan chảy và sủi bọt.

Phủ hành lá thái lát và một ít kem chua lên trên.

42. Nacho chay

THÀNH PHẦN

1 lon đậu đen, để ráo nước và rửa sạch
1 lon ngô, để ráo nước
1 túi bánh tortilla
1 chén phô mai cheddar cắt nhỏ
1 cốc phô mai Monterey Jack cắt nhỏ
1 quả cà chua thái hạt lựu
1 quả jalapeño thái hạt lựu
1/4 chén ô liu đen thái lát
1/4 chén ngò tươi xắt nhỏ
Salsa, kem chua và guacamole để phục vụ

HƯỚNG DẪN

Làm nóng lò ở nhiệt độ 375°F.
Trên một tấm nướng bánh, trải các miếng bánh tortilla thành một lớp.
Rắc đậu đen và ngô lên trên khoai tây chiên, sau đó phủ phô mai cắt nhỏ, cà chua thái hạt lựu, ớt jalapeño và ô liu đen lên trên.
4. Nướng trong vòng 10-15 phút hoặc cho đến khi phô mai tan chảy và sủi bọt.

Phủ ngò tươi lên trên và dùng kèm với salsa, kem chua và guacamole.

43. Nachos rau Hy Lạp

THÀNH PHẦN

1 túi bánh pita chip
1 cốc phô mai feta vụn
1 cốc dưa chuột thái hạt lựu
1 cốc cà chua thái hạt lựu
1/4 chén ô liu kalamata thái lát
1/4 chén mùi tây tươi xắt nhỏ
Nước sốt Tzatziki để phục vụ

HƯỚNG DẪN

Làm nóng lò ở nhiệt độ 375°F.
Trên một tấm nướng bánh, trải các miếng pita chip thành một lớp.
Rắc phô mai feta vụn lên khoai tây chiên, sau đó phủ dưa chuột và cà chua thái hạt lựu lên trên.
Rắc ô liu kalamata thái lát lên trên món nachos.
Nướng trong vòng 10-15 phút hoặc cho đến khi phô mai tan chảy và sủi bọt.
Rắc rau mùi tây cắt nhỏ lên trên và dùng kèm với sốt tzatziki.

ĐẬU NACHOS

44. Nạp Guacamole Nachos

THÀNH PHẦN

1 túi bánh tortilla
2 chén phô mai cheddar cắt nhỏ
1 chén đậu đen
1 cốc cà chua thái hạt lựu
1/4 chén rau mùi xắt nhỏ
1/4 chén hành đỏ thái hạt lựu
1/2 cốc kem chua
1/2 cốc guacamole

HƯỚNG DẪN

Làm nóng lò ở nhiệt độ 350°F (175°C).
Xếp các miếng bánh tortilla lên khay nướng.
Rắc phô mai cheddar cắt nhỏ lên bánh tortilla.
Thêm đậu đen và cà chua thái hạt lựu lên trên phô mai.
Nướng trong lò khoảng 10-15 phút hoặc cho đến khi phô mai tan chảy.
Lấy ra khỏi lò và rắc ngò cắt nhỏ và hành đỏ thái hạt lựu lên trên.
Rưới kem chua và guacamole lên trên.
Phục vụ và thưởng thức!

45. Nachos đậu đen với phô mai hạt điều

Năng suất: 4 phần ăn

THÀNH PHẦN

phô mai hạt điều

¾ chén hạt điều thô, ngâm từ 1 tiếng đến qua đêm rồi để ráo nước

1 muỗng canh men dinh dưỡng

1 muỗng canh tinh bột sắn hoặc bột sắn (chúng giống nhau)

½ thìa cà phê bột tỏi

½ thìa cà phê bột hành

1 thìa nước cốt chanh

½ cốc nước

Tempeh Nachos

10 đến 18 ounce bánh tortilla

1 lon đậu đen 15 ounce, để ráo nước và rửa sạch

½ chén hành đỏ thái hạt lựu

1 quả cà chua Roma, thái hạt lựu nhỏ

Rau xà lách

8 ounce tempeh, thái hạt lựu rất nhỏ

1 quả ớt cay, thái lát mỏng theo chiều ngang

2 muỗng canh hạt gai dầu nguyên vỏ

1 quả bơ

Nước ép từ một quả chanh

HƯỚNG DẪN

phô mai hạt điều

1. Cho tất cả nguyên liệu phô mai vào máy xay và xay cho đến khi mịn. Chuyển hỗn hợp đã trộn này vào một cái chảo nhỏ. Nấu trên lửa vừa và khuấy cho đến khi nước sốt đặc lại một chút. Sẽ mất khoảng 5 đến 10 phút. Tắt lửa để nguội một chút.

Để lắp ráp Nachos

2. Xếp rau diếp và tất cả khoai tây chiên lên đĩa. Rắc đậu đen lên khoai tây chiên. Chấm với phô mai hạt điều. Rắc hành đỏ, cà chua, tempeh, ớt và hạt gai dầu lên trên.
3. Cắt hạt lựu và nạo qua nước cốt chanh. Rắc bơ thái hạt lựu lên trên món nachos.

46. Nachos với bơ và hành tây Microgreen

Tạo ra: 2

THÀNH PHẦN

- Bánh mì lúa mì nảy mầm
- Quả bơ/guacamole
- Cà chua
- Jalapeños, thái lát mỏng
- ½ lon đậu tây
- Một nắm hành tây nhỏ

HƯỚNG DẪN

a) Để làm cho bánh ngô nảy mầm giòn và ấm, hãy nướng nhẹ chúng.

b) Nghiền bơ bằng nĩa và phết lên bánh ngô.

c) Trang trí với cà chua, ớt jalapeños, đậu tây và rau xanh hành tây.

47. Nachos phô mai

THÀNH PHẦN

- 4 ounce bánh tortilla ngô
- ½ cốc sốt salsa
- 1 chén phô mai cheddar hoặc phô mai jack
- Các loại đồ ăn kèm đầy màu sắc như lá rau bina non, đậu đỏ, hạt ngô, cà chua bi và ớt chuông thái lát

HƯỚNG DẪN

a) Xếp ngô chip lên đĩa chịu được lò vi sóng.
b) Rải salsa lên các miếng ngô.
c) Sắp xếp rau bina, đậu, ngô, cà chua và ớt.
d) Rắc phô mai lên trên.
e) Cho vào lò vi sóng ở nhiệt độ cao trong 1 phút rưỡi cho đến khi phô mai tan chảy.
f) Ăn kèm với guacamole, kem chua hoặc thêm salsa.

48. Nacho thịnh soạn

MÁY CHỦ 4

ĐỐI VỚI SỐT Phô Mai:

½ chén hạt điều sống, ngâm trong nước ấm ít nhất 30 phút, rửa sạch

1 muỗng canh tahini

1 quả ớt chuông đỏ, rang và bỏ hạt

¼ cốc men dinh dưỡng

1 muỗng canh nước tương ít natri hoặc Bragg Liquid Aminos

Vỏ và nước cốt của ½ quả chanh

¼ thìa cà phê ớt cayenne

ĐỐI VỚI MÓN ĐẬU "REFRIED":

Một lon đậu pinto 15 ounce, để ráo nước và rửa sạch

1 cốc Salsa cà chua tươi

1½ muỗng cà phê ớt bột

ĐỐI VỚI NACHOS:

½ chén rau mùi, rau mùi tây hoặc rau diếp thái nhỏ

1 quả bơ, cắt đôi, bỏ hạt, gọt vỏ và thái lát, tùy chọn

½ cốc Salsa cà chua tươi

½ cốc cà chua tươi thái hạt lựu

Bánh ngô nướng, cắt thành từng miếng nhỏ (xem mẹo)

ĐỂ LÀM SỐT Phô Mai:

1. Trong máy xay sinh tố, trộn hạt điều đã ngâm, tahini, ớt đỏ rang, men dinh dưỡng, nước tương, vỏ chanh và nước ép, ớt cayenne và ¼ cốc nước vào máy xay sinh tố. Pha trộn ở mức cao cho đến khi mịn. Để qua một bên.

ĐỂ LÀM MÓN ĐẬU "REFRIED":

2. Cho đậu, salsa và bột ớt vào tô của máy xay thực phẩm. Xay nhuyễn cho đến khi mịn, thêm nước nếu cần để đạt được độ sệt mịn. Đặt đậu đã xay nhuyễn vào nồi vừa và đun trên lửa nhỏ cho đến khi chín. Hay giư cho âm cho đên khi được phục vụ.

ĐỂ LẮP RÁP NACHOS:

3. Trải đều đậu nhúng vào đáy tô hoặc đĩa nướng cỡ vừa. Làm phẳng bề mặt và rắc rau mùi lên đậu. Đổ nước sốt "phô mai" lên trên ngò. Trang trí với quả bơ thái lát (nếu dùng), salsa và cà chua tươi thái hạt lựu và dùng kèm với ngô nướng.

49. Nachos ớt nạp

1 lon ớt
1 túi bánh tortilla
2 chén phô mai cheddar cắt nhỏ
1/2 chén cà chua thái hạt lựu
1/4 chén rau mùi xắt nhỏ
1/4 chén hành đỏ thái hạt lựu
Xếp các miếng bánh tortilla lên khay nướng và phủ ớt, phô mai cắt nhỏ, cà chua thái hạt lựu, ngò và hành đỏ lên trên. Nướng trong vòng 10-15 phút hoặc cho đến khi phô mai tan chảy.

50. Nachos hạt lanh

THÀNH PHẦN

1 công thức Khoai tây chiên mặn
1 công thức Thịt Taco Nut
1 công thức phô mai Chipotle
1 công thức Salsa cà chua gia truyền
1 quả bơ chín, bỏ hạt và thái hạt lựu

HƯỚNG DẪN

Lắp ráp món nachos của bạn bằng cách đặt Khoai tây chiên có muối lên đĩa phục vụ. Phủ thịt taco, Phô mai, salsa và bơ lên trên. Thưởng thức ngay lập tức.

NACHOS CÁ VÀ HẢI SẢN

51. Nachos tôm

1 lb tôm nấu chín và bóc vỏ
1 túi bánh tortilla
2 chén phô mai cheddar cắt nhỏ
1 quả bơ thái hạt lựu
1/2 chén cà chua thái hạt lựu
1/4 chén rau mùi xắt nhỏ
1/4 chén hành đỏ thái hạt lựu
Xếp các miếng bánh tortilla lên khay nướng và phủ tôm đã nấu chín, phô mai cắt nhỏ, quả bơ thái hạt lựu, cà chua thái hạt lựu, ngò và hành đỏ lên trên. Nướng trong vòng 10-15 phút hoặc cho đến khi phô mai tan chảy.

52. Tôm chiên giòn

Khẩu phần: 4

THÀNH PHẦN

1 quả trứng
½ pound khoai tây chiên, nghiền nát
12 con tôm, bóc vỏ và bỏ chỉ

Hướng:

1. Đánh trứng trong một cái đĩa nông.
2. Trong một đĩa cạn khác, đặt khoai tây chiên đã nghiền nát vào.
3. Phủ tôm với trứng đã đánh rồi cuộn thành khoai tây chiên.
4. Nhấn nút CHẾ ĐỘ LÒ NƯỚNG KHÍ của Lò nướng không khí kỹ thuật số Ninja Foodi và xoay nút xoay để chọn chế độ "Air Fry".
5. Nhấn nút THỜI GIAN/LƯỢT và xoay nút xoay một lần nữa để đặt thời gian nấu thành 8 phút.
6. Bây giờ nhấn nút TEMP/SHADE và xoay nút xoay để đặt nhiệt độ ở mức 355 ° F.
7.Nhấn nút "Bắt đầu/Dừng" để bắt đầu.
8. Khi lò phát ra tiếng bíp cho biết lò đã được làm nóng trước, hãy mở cửa lò.
9. Xếp tôm vào rổ chiên và cho vào lò nướng.
10. Khi nấu xong, mở cửa lò và dùng ngay.

53. Nacho tôm hùm

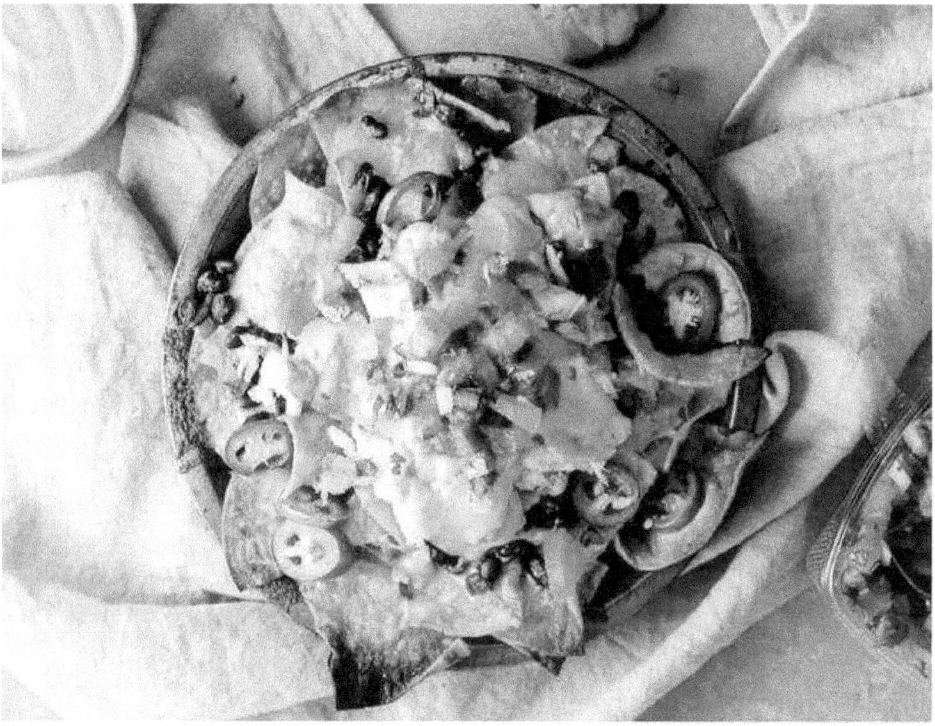

THÀNH PHẦN

1 lb thịt tôm hùm nấu chín, xắt nhỏ
1 muỗng canh bơ
1 muỗng canh bột mì
1 cốc sữa
Muối và tiêu
bánh tortilla
1 cốc phô mai Monterey Jack cắt nhỏ
Măng tây tươi

HƯỚNG DẪN

Làm nóng lò ở nhiệt độ 350°F.

Trong chảo trên lửa vừa, làm tan chảy bơ và cho bột mì vào. Nấu trong 1-2 phút.

Từ từ đánh sữa cho đến khi mịn. Nêm với muối và hạt tiêu.

Xếp bánh tortilla lên khay nướng rồi đặt thịt tôm hùm cắt nhỏ và phô mai cắt nhỏ lên trên.

Đổ nước sốt lên bánh nachos và nướng trong lò khoảng 8-10 phút hoặc cho đến khi phô mai tan chảy và sủi bọt.

Trang trí với rau mùi tây xắt nhỏ.

54. cá ngừ Nachos

THÀNH PHẦN

1 lon cá ngừ, để ráo nước và bong vảy
1 muỗng canh dầu ô liu
1 muỗng cà phê thì là
1 muỗng cà phê ớt bột
Muối và tiêu
bánh tortilla
1 cốc phô mai Pepper Jack cắt nhỏ
Hành lá thái lát

HƯỚNG DẪN

Làm nóng lò ở nhiệt độ 350°F.

Trong một cái bát, trộn cá ngừ với dầu ô liu, thì là, bột ớt, muối và tiêu.

Xếp bánh tortilla lên khay nướng và phủ phô mai cắt nhỏ và cá ngừ dày dạn lên trên.

Nướng trong lò khoảng 8-10 phút hoặc cho đến khi phô mai tan chảy và sủi bọt.

Trang trí với hành lá thái lát.

55. Nacho cua

THÀNH PHẦN

1 lb thịt cua
1 muỗng canh bơ
1 muỗng canh bột mì
1 cốc sữa
Muối và tiêu
bánh tortilla
1 chén phô mai cheddar cắt nhỏ
Rau mùi tươi cắt nhỏ

HƯỚNG DẪN

Làm nóng lò ở nhiệt độ 350°F.

Trong chảo trên lửa vừa, làm tan chảy bơ và cho bột mì vào. Nấu trong 1-2 phút.

Từ từ đánh sữa cho đến khi mịn. Nêm với muối và hạt tiêu.

Xếp bánh tortilla lên khay nướng rồi đặt thịt cua và phô mai cắt nhỏ lên trên.

Đổ nước sốt lên bánh nachos và nướng trong lò khoảng 8-10 phút hoặc cho đến khi phô mai tan chảy và sủi bọt.

Trang trí với rau mùi xắt nhỏ.

56. Nachos cá hồi hun khói

THÀNH PHẦN

4 oz cá hồi hun khói, xắt nhỏ
Phô mai kem 4 oz, làm mềm
1 muỗng canh nụ bạch hoa
1 muỗng canh thì là tươi xắt nhỏ
Muối và tiêu
bánh tortilla
1 cốc phô mai mozzarella thái nhỏ

HƯỚNG DẪN

Làm nóng lò ở nhiệt độ 350°F.
Trong tô, trộn cá hồi hun khói, kem tiếp tục
phô mai, nụ bạch hoa, thì là, muối và hạt tiêu cho đến khi kết hợp tốt.
3. Xếp bánh tortilla lên khay nướng và phủ hỗn hợp cá hồi hun khói và phô mai mozzarella cắt nhỏ lên trên.

Nướng trong lò khoảng 8-10 phút hoặc cho đến khi phô mai tan chảy và sủi bọt.

57. Cá Taco Nachos

THÀNH PHẦN

1 lb cá trắng (chẳng hạn như cá tuyết), cắt thành từng miếng nhỏ
2 muỗng canh dầu ô liu
1 muỗng canh ớt bột
Muối và tiêu
bánh tortilla
1 cốc phô mai Pepper Jack cắt nhỏ
Rau mùi tươi cắt nhỏ
Bơ cắt lát

HƯỚNG DẪN

Làm nóng lò ở nhiệt độ 350°F.

Trong một cái bát, trộn cá với dầu ô liu, bột ớt, muối và hạt tiêu.

Xếp bánh tortilla lên khay nướng và phủ phô mai cắt nhỏ và cá đã tẩm gia vị lên trên.

Nướng trong lò khoảng 8-10 phút hoặc cho đến khi phô mai tan chảy và sủi bọt.

Trang trí với rau mùi xắt nhỏ và bơ thái lát.

58. Nachos sò điệp

THÀNH PHẦN

1 lb sò biển
2 muỗng canh dầu ô liu
2 tép tỏi, băm nhỏ
Muối và tiêu
bánh tortilla
1 cốc phô mai Monterey Jack cắt nhỏ
Ớt jalapeños thái lát

HƯỚNG DẪN

Làm nóng lò ở nhiệt độ 350°F.

Trong chảo trên lửa vừa, nấu sò điệp với dầu ô liu và tỏi cho đến khi chín vàng. Nêm với muối và hạt tiêu.

Xếp bánh tortilla lên khay nướng và phủ phô mai cắt nhỏ và sò điệp nấu chín lên trên.

Nướng trong lò khoảng 8-10 phút hoặc cho đến khi phô mai tan chảy và sủi bọt.

Trang trí với jalapeños thái lát.

59. Nachos tôm và cua

THÀNH PHẦN

1 lb tôm, bóc vỏ và bỏ chỉ
1 lb thịt cua
2 tép tỏi, băm nhỏ
bánh tortilla
1 chén phô mai cheddar cắt nhỏ
Măng tây tươi

HƯỚNG DẪN

Làm nóng lò ở nhiệt độ 350°F.

Trong chảo trên lửa vừa, nấu tôm và tỏi cho đến khi có màu hồng và chín. Để qua một bên.

Xếp bánh tortilla lên khay nướng rồi đặt tôm, thịt cua và phô mai cắt nhỏ lên trên.

Nướng trong lò khoảng 8-10 phút hoặc cho đến khi phô mai tan chảy và sủi bọt.

Trang trí với rau mùi tây xắt nhỏ.

60. Ceviche Nachos

THÀNH PHẦN

1 lb cá trắng (chẳng hạn như cá rô phi hoặc cá hồng), thái hạt lựu
1/2 cốc nước cốt chanh
1/4 cốc nước cam
1/4 chén ngò xắt nhỏ
1/4 chén hành đỏ thái hạt lựu
Muối và tiêu
bánh tortilla
1 cốc phô mai Monterey Jack cắt nhỏ

HƯỚNG DẪN

Trong một bát, trộn cá, nước cốt chanh, nước cam, ngò, hành tím, muối và tiêu. Để ướp trong tủ lạnh từ 30 phút đến một giờ.

Làm nóng lò ở nhiệt độ 350°F.

Xếp bánh tortilla lên khay nướng và đặt cá ướp và phô mai cắt nhỏ lên trên.

Nướng trong lò khoảng 8-10 phút hoặc cho đến khi phô mai tan chảy và sủi bọt.

NACHOS TRÁI CÂY VÀ TRÁNG MIỆNG

61. táo nachos

Làm cho: Cho 1

THÀNH PHẦN

- 2 quả táo tùy bạn chọn
- ⅓ cốc bơ hạt tự nhiên
- một nắm nhỏ dừa nạo
- Rắc quế
- 1 thìa nước cốt chanh

HƯỚNG DẪN

a) Táo: Rửa sạch, bỏ lõi và cắt táo thành lát ¼ inch.
b) Đặt những lát táo vào một cái bát nhỏ với nước cốt chanh và quăng.
c) Bơ hạt: Đun nóng bơ hạt cho đến khi ấm và hơi chảy nước.
d) Rưới bơ hạt theo chuyển động tròn từ giữa đĩa ra mép ngoài.
e) Rắc dừa nạo và rắc quế.

62. Gala nachos với sốt xoài-tequila

Năng suất: 6 phần ăn

Nguyên liệu

- 6 bắp ngô HOẶC 4 bánh bột mì
- 3 thìa bơ
- 6 thìa đường tối đa
- 1½ lít Kem hoặc nước trái cây hoặc hỗn hợp
- 3 cốc trái cây tươi cắt miếng
- Sốt Xoài-Tequila;
- Hạt có đường
- ¾ cốc sô-cô-la chip

Hướng:

a) Xếp bánh ngô thành một đống và cắt thành hình tam giác, 6 cái cho ngô hoặc 8 cái cho bột mì.

b) Cho ½ thìa bơ và 1 thìa đường vào chảo rán lớn. Đặt trên lửa vừa cho đến khi bơ sủi bọt và đường tan chảy.

c) Thêm số lượng hình tam giác tortilla vừa đủ mà không chồng lên nhau và chiên cho đến khi chúng phồng lên, khoảng 1 phút. Lật và chiên mặt còn lại cho đến khi vàng, khoảng 1 phút nữa. Gắp ra đĩa không chồng lên nhau. Thêm nhiều bơ và đường vào chảo và tiếp tục làm nhiều vòng hơn cho đến khi tất cả các hình tam giác đều giòn.

d) Để lắp ráp, sắp xếp các muỗng kem hoặc nước trái cây vào giữa một đĩa lớn. Xếp các miếng trái cây xung quanh kem và nhét các hình tam giác bánh tortilla vào chỗ này chỗ kia. Rưới sốt Mango-Tequila lên trên. Chấm với các loại hạt có đường và sô-cô-la chip. Phục vụ ngay.

63. Nachos với sốt xoài-tequila

Làm: 6 phần ăn

THÀNH PHẦN

- 6 bánh ngô hoặc 4 bánh bột mì
- 3 thìa bơ
- 6 thìa đường tối đa
- 1½ lít Kem hoặc nước trái cây
- 3 cốc trái cây tươi cắt miếng

SỐT XOÀI-TEQUILA:

- Hạt có đường
- ¾ cốc sô-cô-la chip

HƯỚNG DẪN

e) Xếp bánh ngô thành một đống và cắt thành hình tam giác, 6 cái cho ngô hoặc 8 cái cho bột mì.

f) Cho ½ thìa bơ và 1 thìa đường vào chảo rán lớn. Đặt trên lửa vừa cho đến khi bơ sủi bọt và đường tan chảy.

g) Thêm số lượng hình tam giác tortilla vừa đủ mà không chồng lên nhau và chiên cho đến khi chúng phồng lên, khoảng 1 phút. Lật và chiên mặt còn lại cho đến khi vàng, khoảng 1 phút nữa. Gắp ra đĩa không chồng lên nhau. Thêm nhiều bơ và đường vào chảo và tiếp tục làm nhiều vòng hơn cho đến khi tất cả các hình tam giác đều giòn.

h) Để lắp ráp, sắp xếp các muỗng kem hoặc nước trái cây vào giữa một đĩa lớn. Xếp các miếng trái cây xung quanh kem và nhét các hình tam giác bánh tortilla vào chỗ này chỗ kia. Rưới sốt Mango-Tequila lên trên. Chấm với các loại hạt có đường và sô-cô-la chip. Phục vụ ngay.

64. Nachos bánh phô mai dâu tây

THÀNH PHẦN

1 gói bánh tortilla đường quế
1 pint dâu tây, thái hạt lựu
Phô mai kem 8 oz, làm mềm
1/2 chén đường bột
1 muỗng cà phê chiết xuất vani
Kem đánh

HƯỚNG DẪN

Trong tô, trộn kem phô mai, đường bột và chiết xuất vani cho đến khi mịn.

Xếp bánh tortilla lên đĩa và đặt dâu tây thái hạt lựu và hỗn hợp phô mai kem lên trên.

Rưới kem tươi lên.

65. Nachos dừa dứa

THÀNH PHẦN

1 gói bánh tortilla đơn giản
1 lon dứa đập dập, để ráo nước
1/2 chén dừa vụn
1/2 cốc sữa đặc có đường
1 muỗng cà phê chiết xuất vani

HƯỚNG DẪN

Làm nóng lò ở nhiệt độ 350°F.

Xếp các miếng bánh tortilla lên khay nướng và đặt dứa nghiền và dừa vụn lên trên.

Rưới sữa đặc có đường và chiết xuất vani lên trên.

Nướng trong lò khoảng 8-10 phút hoặc cho đến khi dừa chín và sữa sủi bọt.

66. Nachos sô-cô-la chuối

THÀNH PHẦN

1 gói bánh tortilla sô cô la
2 quả chuối, thái lát
1/2 cốc sô-cô-la chip, tan chảy
Các loại hạt cắt nhỏ (tùy chọn)
HƯỚNG DẪN

Xếp bánh tortilla sô-cô-la lên đĩa và đặt chuối cắt lát lên trên.

Rưới sô-cô-la tan chảy lên trên.

Rắc hạt cắt nhỏ nếu muốn.

67. Nachos Salsa xoài

THÀNH PHẦN

1 gói bánh tortilla đơn giản
2 quả xoài, thái hạt lựu
1/4 chén hành đỏ thái hạt lựu
1/4 chén ngò xắt nhỏ
1 quả ớt jalapeño, bỏ hạt và băm nhỏ
Nước ép 1 quả chanh
Muối và tiêu

HƯỚNG DẪN

Trong một bát, trộn xoài thái hạt lựu, hành tím, ngò, ớt jalapeño, nước cốt chanh, muối và tiêu.

Xếp bánh tortilla lên đĩa và phủ salsa xoài lên trên.

68. Nachos Kiwi chanh

THÀNH PHẦN

1 gói bánh tortilla đơn giản
4 quả kiwi, gọt vỏ và thái lát
Nước ép của 2 quả chanh
1/4 cốc mật ong

HƯỚNG DẪN

Xếp bánh tortilla lên đĩa và đặt kiwi thái lát lên trên.

Rưới nước cốt chanh và mật ong lên trên.

69. Berry Nutella Nachos

THÀNH PHẦN

1 gói bánh tortilla đường quế
1 cốc hỗn hợp các loại quả mọng (như dâu tây, quả việt quất và quả mâm xôi)
1/2 cốc Nutella
Các loại hạt cắt nhỏ (tùy chọn)

HƯỚNG DẪN

Xếp bánh tortilla đường quế lên đĩa và đặt các loại quả mọng hỗn hợp lên trên.

Cho Nutella vào lò vi sóng trong 15-20 giây để làm mềm.

Rưới Nutella lên trên.

Rắc hạt cắt nhỏ nếu muốn.

70. Nachos đào nướng

THÀNH PHẦN

1 gói bánh tortilla đơn giản
3 quả đào, cắt đôi và bỏ hạt
1/4 cốc mật ong
1/4 chén giấm balsamic
1/4 chén bạc hà tươi xắt nhỏ

HƯỚNG DẪN

Làm nóng lò nướng ở nhiệt độ trung bình cao.
Nướng nửa quả đào trong 3-4 phút mỗi mặt cho đến khi hơi cháy.
Xếp bánh tortilla lên đĩa và đặt nửa quả đào nướng lên trên.
4. Rưới mật ong và giấm balsamic lên trên.

Rắc bạc hà tươi cắt nhỏ.

NACHO NHÚNG

71. Gạch phô mai nhúng

Làm: 2 phần ăn

THÀNH PHẦN

- Phô mai ricotta 3 ounce
- 3 oz phô mai gạch mới xay
- 3 muỗng canh lá húng tây tươi
- 6 oz phô mai dê
- 1 oz phô mai cứng parmesan, mới xay
- 4 miếng thịt xông khói cắt dày, nấu chín và cắt vụn
- Muối và hạt tiêu cho vừa ăn

HƯỚNG DẪN

a) Chuẩn bị lò nướng để nướng.
b) Kết hợp tất cả các thành phần trong một món nướng.
c) Rắc phô mai Parmesan lên món ăn.
d) Nướng trong lò làm nóng trước trong 5 phút hoặc cho đến khi phô mai bắt đầu chuyển sang màu nâu và sủi bọt.
e) Lấy ra khỏi lò và phục vụ ngay.

72. Cannoli nhúng thuần chay

Tạo ra: 8

THÀNH PHẦN

- 3/4 cốc nước cốt dừa, đầy đủ chất béo
- 8 oz phô mai kem thuần chay
- 1 muỗng cà phê chiết xuất hạnh nhân, nguyên chất
- 3/4 cốc đường bánh kẹo
- 1/2 muỗng cà phê chiết xuất vani
- 1 chén hạnh nhân, sống
- 2 chén hạt điều sống
- 2 muỗng canh quả hồ trăn

HƯỚNG DẪN

a) Trộn tất cả các thành phần.

73. Phô Mai Xanh & Sốt Phô Mai Gouda

Làm: 2 phần ăn

THÀNH PHẦN

- 2 muỗng canh bơ không muối
- 1 chén hành ngọt, thái hạt lựu
- 2 cốc phô mai kem, ở nhiệt độ phòng
- ⅛ muỗng cà phê muối
- ⅛ muỗng cà phê tiêu trắng
- ⅓ cốc Đồ ăn nhẹ Montucky lạnh
- 1 ½ chén gà giả xắt nhỏ
- ½ chén mù tạt mật ong, cộng thêm để dùng cho mưa phùn
- 2 muỗng canh nước sốt trang trại
- 1 chén phô mai cheddar cắt nhỏ
- 2 chén phô mai Gouda, cắt nhỏ
- 2 muỗng canh phô mai xanh
- ⅓ cốc phô mai xanh vụn và thêm nhiều hơn để phủ lên trên
- ¾ chén sốt BBQ mật ong, và thêm nữa để rưới lên

HƯỚNG DẪN

a) Trong một cái chảo lớn, làm tan chảy bơ trên lửa nhỏ.
b) Khuấy hành tây thái hạt lựu và nêm muối và hạt tiêu.
c) Nấu trong 5 phút hoặc cho đến khi hơi mềm.
d) Nấu, khuấy thường xuyên cho đến khi hành tây chuyển sang màu caramen, khoảng 25 đến 30 phút.
e) Làm nóng lò ở nhiệt độ 375° F.
f) Phủ một đĩa nướng 9 inch bằng bình xịt nấu ăn không dính.
g) Kết hợp phô mai kem, tất cả phô mai, sốt BBQ, mù tạt mật ong, nước sốt trang trại và phô mai xanh trong một tô trộn lớn.
h) Thêm hành tây caramen và gà giả.
i) Đặt bột vào đĩa nướng.
j) Trang trí với phô mai còn lại.
k) Nướng món nhúng trong 20–25 phút hoặc cho đến khi vàng.
l) Phục vụ ngay lập tức.

74. Quán rượu nhúng phô mai

Làm: 2 phần ăn

THÀNH PHẦN

- 3 muỗng canh ớt jalapeno ngâm, cắt nhỏ
- 1 cốc rượu táo
- ⅛ muỗng cà phê ớt đỏ xay
- 2 chén phô mai cheddar màu vàng, sắc nét cắt nhỏ
- 2 cốc phô mai Colby cắt nhỏ
- 2 muỗng canh bột bắp
- 1 muỗng canh mù tạt Dijon
- 60 bánh quy giòn

HƯỚNG DẪN

- Trong một tô trộn vừa, trộn phô mai cheddar, phô mai Colby và bột ngô. Đặt sang một bên.
- Trong một cái chảo vừa, kết hợp rượu táo và mù tạt.
- Nấu cho đến khi sôi trên lửa vừa cao.
- Từ từ cho hỗn hợp phô mai vào, đánh từng chút một cho đến khi mịn.
- Tắt lửa.
- Khuấy jalapeno và ớt đỏ.
- Đặt hỗn hợp vào nồi nấu chậm 1 lít hoặc nồi nước xốt.
- Giữ ấm ở nhiệt độ thấp.
- Phục vụ cùng với bánh quy giòn.

75. Bắp trộn gia vị

Làm: 6 phần ăn

THÀNH PHẦN

- 1 muỗng canh dầu ô liu nguyên chất
- ½ pound xúc xích Ý cay
- 1 củ hành đỏ vừa, thái hạt lựu
- 1 quả ớt chuông đỏ lớn, thái hạt lựu
- 1 cốc kem chua
- 4 ounce kem phô mai, ở nhiệt độ phòng
- 4 cốc ngô đông lạnh, rã đông
- ½ chén hành lá xắt nhỏ
- 1 jalapeño lớn, thái hạt lựu
- 4 tép tỏi, xắt nhỏ
- 1 muỗng canh rau mùi xắt nhỏ
- 2 thìa cà phê gia vị Creole
- 1 thìa cà phê tiêu đen xay
- 1 chén phô mai cheddar cắt nhỏ, chia thành từng phần
- 1 cốc phô mai Colby Jack cắt nhỏ, chia làm nhiều phần
- Dầu thực vật, để bôi trơn

HƯỚNG DẪN

a) Làm nóng lò ở nhiệt độ 350 độ F.
b) Trong chảo lớn trên lửa vừa, đun nóng dầu. Thêm xúc xích Ý và nấu cho đến khi có màu nâu. Cho hành tây và ớt chuông vào. Nấu cho đến khi chúng mềm.
c) Thêm kem chua và phô mai kem. Khuấy đều cho đến khi hòa quyện, sau đó thêm ngô, hành lá, ớt jalapeño, tỏi và ngò. Tiếp tục khuấy các thành phần cho đến khi mọi thứ được kết hợp tốt. Rắc gia vị Creole, hạt tiêu đen, ½ cốc phô mai cheddar và ½ cốc phô mai Colby Jack. Trộn đều.
d) Bôi nhẹ một lớp mỡ lên đĩa nướng, sau đó cho hỗn hợp ngô vào. Phủ phô mai còn lại lên trên và nướng không đậy nắp trong 20 phút. Làm nguội nhẹ trước khi phục vụ.

76. Bánh pizza nhúng chảo Low-Carb

Làm: 1 phần ăn

THÀNH PHẦN

- 6 oz. Kem phô mai nướng bằng lò vi sóng
- 1/4 cốc kem chua
- 1/2 chén phô mai Mozzarella, cắt nhỏ
- Muối và hạt tiêu cho vừa ăn
- 1/4 cốc sốt Mayonnaise
- 1/2 chén phô mai Mozzarella, cắt nhỏ
- 1/2 chén nước sốt cà chua Low-Carb
- 1/4 cốc phô mai Parmesan

HƯỚNG DẪN

a) Làm nóng lò ở nhiệt độ 350 độ F.

b) Trộn phô mai kem, kem chua, sốt mayonnaise, phô mai mozzarella, muối và tiêu.

c) Đổ vào ramekin và phết Sốt cà chua lên từng ramekin cũng như phô mai mozzarella và phô mai parmesan.

d) Phủ lớp phủ bánh pizza yêu thích của bạn lên trên.

e) Nướng trong 20 phút.

f) Ăn kèm với một số bánh mì que hoặc bì lợn thơm ngon!

77. Cua rangoon nhúng

THÀNH PHẦN

f) 1 (8 ounce) gói phô mai kem, làm mềm ở nhiệt độ phòng
g) 2 muỗng canh dầu ô liu sốt mayonnaise
h) 1 muỗng canh nước cốt chanh mới vắt
i) 1/2 muỗng cà phê muối biển
j) 1/4 thìa cà phê tiêu đen
k) 2 tép tỏi, băm nhỏ
l) 2 củ hành xanh vừa, thái hạt lựu
m) 1/2 chén phô mai Parmesan cắt nhỏ
n) 4 ounce (khoảng 1/2 cốc) thịt cua trắng đóng hộp

HƯỚNG DẪN

a) Làm nóng lò ở nhiệt độ 350°F.
b) Trong tô vừa, trộn phô mai kem, sốt mayonnaise, nước cốt chanh, muối và hạt tiêu bằng máy xay cầm tay cho đến khi hòa quyện.
c) Thêm tỏi, hành tây, phô mai Parmesan và thịt cua rồi trộn đều bằng thìa.
d) Chuyển hỗn hợp vào một chiếc sành an toàn trong lò nướng và trải đều.
e) Nướng 30–35 phút cho đến khi phần trên của món nhúng hơi ngả sang màu nâu. Phục vụ ấm áp.

78. Phô Mai Dê Guacamole

Thành tích: 4-6

THÀNH PHẦN

- 2 quả bơ
- 3 ounce phô mai dê
- vỏ từ 2 quả chanh
- nước cốt chanh từ 2 quả chanh
- ¾ thìa cà phê bột tỏi
- ¾ thìa cà phê bột hành
- ½ muỗng cà phê muối
- ¼ muỗng cà phê ớt đỏ (tùy chọn)
- ¼ thìa cà phê tiêu

HƯỚNG DẪN

- Cho bơ vào máy xay thực phẩm và xay cho đến khi mịn. Thêm các THÀNH PHẦN còn lại và trộn cho đến khi hòa quyện.
- Ăn kèm với khoai tây chiên.

79. bữa tiệc kiểu Bavaria

Làm cho: 1 1/4 pound

THÀNH PHẦN

- ½ chén hành tây, băm nhỏ
- 1 pound Braunschweiger
- 3 ounce phô mai kem
- ¼ thìa cà phê Tiêu đen

HƯỚNG DẪN

a) Xào hành tây từ 8-10 phút, đảo thường xuyên; dịch chuyển sang nóng và khô hạn. Tháo vỏ khỏi Braunschweiger và trộn thịt với phô mai kem cho đến khi mịn. Trộn hành tây và hạt tiêu.
b) Dùng làm món phết gan trên bánh quy giòn, lúa mạch đen cắt lát mỏng hoặc dùng làm món chấm kèm theo nhiều loại rau sống tươi như cà rốt, cần tây, bông cải xanh, củ cải, súp lơ hoặc cà chua bi.

.

80. Tiệc atisô nướng

THÀNH PHẦN

- 1 ổ bánh mì lúa mạch đen lớn
- 2 thìa bơ
- 1 bó hành lá; băm nhỏ
- 6 tép tỏi tươi; băm nhuyễn, tối đa 8
- 8 ounce Phô mai kem; ở nhiệt độ phòng.
- 16 ounce kem chua
- 12 ounce phô mai cheddar cắt nhỏ
- 1 lon (14 oz.) trái tim atisô; để ráo nước và cắt làm tư

HƯỚNG DẪN

- Cắt một lỗ trên ổ bánh mì có đường kính khoảng 5 inch. Lấy bánh mì mềm ra khỏi phần cắt và bỏ đi. Dự trữ vỏ bánh để làm mặt trên cho ổ bánh mì.
- Múc hầu hết phần mềm bên trong của ổ bánh mì và để dành cho các mục đích khác, chẳng hạn như nhồi hoặc vụn bánh mì khô. Trong bơ,
- Xào hành lá và tỏi cho đến khi hành héo. Cắt phô mai kem thành từng miếng nhỏ, thêm hành, tỏi, kem chua và phô mai cheddar. Trộn đều. Gấp trái atisô vào, Đổ hết hỗn hợp này vào phần bánh mì rỗng. Đặt bánh mì lên trên và bọc trong giấy nhôm dày. Nướng trong lò 350 độ trong 1 tiếng rưỡi.
- Khi đã sẵn sàng, lấy giấy bạc ra và dùng, dùng bánh mì lúa mạch đen để chấm nước sốt.

81. Nước chấm gà trâu

THÀNH PHẦN

- 1 (8 ounce) gói phô mai kem
- 1/2 cốc sốt Red-Hot của Frank
- 1/4 cốc nước cốt dừa đóng hộp đầy đủ chất béo
- 11/2 chén thịt gà xé nhỏ
- 3/4 cốc phô mai mozzarella cắt nhỏ, chia đôi
- 1/2 cốc phô mai xanh vụn

HƯỚNG DẪN

a) Thêm phô mai kem vào nồi vừa và đun trên lửa vừa thấp cho đến khi tan chảy. Khuấy nước sốt nóng và nước cốt dừa.

b) Khi kết hợp, thêm thịt gà cho đến khi nóng.

c) Tắt bếp và cho 1/2 cốc phô mai mozzarella và vụn phô mai xanh vào khuấy đều.

d) Chuyển sang đĩa nướng 8" × 8" và rắc phô mai mozzarella còn lại lên trên. Nướng 15 phút hoặc cho đến khi phô mai sủi bọt. Phục vụ ấm áp.

82. nhúng trang trại

THÀNH PHẦN

- 1 cốc sốt mayonaise
- 1/2 cốc sữa chua Hy Lạp nguyên chất
- 11/2 muỗng cà phê hẹ khô
- 11/2 muỗng cà phê mùi tây khô
- 11/2 muỗng cà phê thì là khô
- 3/4 thìa cà phê tỏi băm
- 3/4 thìa cà phê hành tây băm
- 1/2 thìa cà phê muối
- 1/4 muỗng cà phê tiêu đen

HƯỚNG DẪN

a) Kết hợp tất cả các thành phần trong một bát nhỏ.

b) Cho phép ngồi trong tủ lạnh 30 phút trước khi phục vụ.

83. Tôm sốt phô mai cay

THÀNH PHẦN

- 2 lát thịt xông khói không thêm đường
- 2 củ hành vàng vừa, bóc vỏ và thái hạt lựu
- 2 tép tỏi, băm nhỏ
- 1 chén tôm bỏng ngô (không phải loại tẩm bột), nấu chín
- 1 quả cà chua vừa, thái hạt lựu
- 3 chén phô mai Monterey jack cắt nhỏ
- 1/4 muỗng cà phê Nước sốt nóng đỏ của Frank
- 1/4 muỗng cà phê ớt cayenne
- 1/4 muỗng cà phê tiêu đen

HƯỚNG DẪN

- Nấu thịt xông khói trong chảo vừa trên lửa vừa cho đến khi giòn, khoảng 5–10 phút. Giữ dầu mỡ trong chảo. Đặt thịt xông khói lên khăn giấy để nguội. Khi nguội, dùng ngón tay bóp nát thịt xông khói.
- Cho hành tây và tỏi vào chảo thịt xông khói rồi xào trên lửa vừa-thấp cho đến khi mềm và có mùi thơm, khoảng 10 phút.
- Kết hợp tất cả các thành phần trong nồi nấu chậm; khuấy đều. Nấu đậy nắp ở nhiệt độ thấp trong 1–2 giờ hoặc cho đến khi phô mai tan chảy hoàn toàn.

84. Nước chấm tỏi và thịt xông khói

THÀNH PHẦN

- 8 lát thịt xông khói không đường
- 2 chén rau bina xắt nhỏ
- 1 (8 ounce) gói phô mai kem, làm mềm
- 1/4 cốc kem chua đầy đủ chất béo
- 1/4 cốc sữa chua Hy Lạp nguyên chất đầy đủ chất béo
- 2 muỗng canh mùi tây tươi xắt nhỏ
- 1 thìa nước cốt chanh
- 6 tép tỏi nướng, nghiền nhuyễn
- 1 thìa cà phê muối
- 1/2 thìa cà phê tiêu đen
- 1/2 cốc phô mai Parmesan bào

HƯỚNG DẪN

- Làm nóng lò ở nhiệt độ 350°F.
- Nấu thịt xông khói trong chảo vừa trên lửa vừa cho đến khi giòn. Lấy thịt xông khói ra khỏi chảo và đặt lên đĩa có lót khăn giấy.
- Thêm rau bina vào chảo nóng và nấu cho đến khi héo. Hủy bỏ nhiệt và đặt sang một bên.
- Cho vào tô vừa, thêm phô mai kem, kem chua, sữa chua, mùi tây, nước cốt chanh, tỏi, muối và tiêu rồi đánh bằng máy trộn cầm tay cho đến khi hòa quyện.
- Cắt nhỏ thịt xông khói và khuấy vào hỗn hợp phô mai kem. Khuấy rau bina và phô mai Parmesan.
- Chuyển sang chảo nướng 8 "× 8" và nướng trong 30 phút hoặc cho đến khi nóng và sủi bọt.

85. Pesto nhúng kem phô mai dê

THÀNH PHẦN

- 2 chén lá húng quế tươi đóng gói
- ½ cốc phô mai parmesan bào
- 8 ounce phô mai dê
- 1 -2 thìa cà phê tỏi băm
- ½ muỗng cà phê muối
- ½ chén dầu ô liu

HƯỚNG DẪN

- Trộn húng quế, pho mát, tỏi và muối trong máy xay thực phẩm hoặc máy xay cho đến khi mịn. Thêm dầu ô liu vào dòng đều và trộn cho đến khi kết hợp.
- Dùng ngay hoặc bảo quản trong tủ lạnh.

86. Pizza nóng sốt siêu nhúng

THÀNH PHẦN

- Phô mai kem mềm
- mayonaise
- Phô mai mozzarella
- Húng quế
- Rau kinh giới
- Bột tỏi
- Xúc xích hun khói
- Ô liu đen
- Ớt chuông xanh

HƯỚNG DẪN

a) Trộn phô mai kem đã làm mềm, sốt mayonnaise và một ít phô mai mozzarella. Thêm một ít húng quế, lá oregano, mùi tây và bột tỏi, khuấy đều cho đến khi hòa quyện.

b) Đổ nó vào đĩa bánh sâu lòng của bạn và trải đều thành một lớp.

c) Rưới nước sốt pizza lên trên và thêm các loại topping ưa thích của bạn. Trong ví dụ này, chúng tôi sẽ thêm phô mai mozzarella, ô liu đen pepperoni và ớt xanh. Nướng ở 350 trong 20 phút.

87. Rau bina nướng và nhúng atisô

THÀNH PHẦN

a) 14 oz trái tim atisô không ướp, để ráo nước và cắt nhỏ
b) 10 oz rau bina cắt nhỏ đông lạnh rã đông
c) 1 cốc mayo thật
d) 1 cốc phô mai parmesan bào
e) 1 tép tỏi ép

HƯỚNG DẪN

- Làm tan rau bina đông lạnh sau đó dùng tay vắt khô.
- Khuấy đều: atisô đã ráo nước và cắt nhỏ, rau bina vắt, 1 cốc mayo, 3/4 cốc phô mai parmesan, 1 tép tỏi ép và chuyển sang món thịt hầm hoặc đĩa bánh nướng 1 lít. Rắc 1/4 cốc phô mai parmesan còn lại lên.
- Nướng không đậy nắp trong 25 phút ở 350˚F hoặc cho đến khi nóng hoàn toàn. Ăn kèm với crostini, khoai tây chiên hoặc bánh quy giòn yêu thích của bạn.

88. Atisô nhúng

LÀM CHOsố 8

THÀNH PHẦN

- 2 chén atisô, xắt nhỏ
- 1 cốc sốt mayonnaise hoặc sốt mayonnaise nhẹ
- 1 cốc Parmesan cắt nhỏ

HƯỚNG DẪN

a) Kết hợp tất cả các thành phần và đặt hỗn hợp vào một món nướng mỡ. Nướng trong 30 phút ở 350°F.

b) Nướng món nhúng cho đến khi có màu nâu nhạt và sủi bọt ở trên.

89. Kem atisô nhúng

THÀNH PHẦN

90. 2x8oz. gói kem phô mai, nhiệt độ phòng
91. 1/3 cốc kem chua
92. 1/4 cốc sốt mayonaise
93. 1 thìa nước cốt chanh
94. 1 muỗng canh mù tạt Dijon
95. 1 tép tỏi
96. 1 thìa cà phê sốt Worcestershire
97. 1/2 muỗng cà phê nước sốt ớt cay
98. 3x6oz. lọ tim atisô ướp, để ráo nước và cắt nhỏ
99. 1 cốc phô mai mozzarella bào
100. 3 củ hành lá
101. 2 thìa cà phê jalapeño băm nhỏ

HƯỚNG DẪN

- Dùng máy trộn điện đánh 8 NGUYÊN LIỆU đầu tiên vào tô lớn cho đến khi hòa quyện. Gấp atisô, mozzarella, hành lá và jalapeño.
- Chuyển sang một món nướng.
- Làm nóng lò ở nhiệt độ 400°F.
- Nướng nhúng cho đến khi sủi bọt và có màu nâu ở trên— khoảng 20 phút.

90. Thì Là & Kem Phô Mai Nhúng

Làm: 4 đến 6 phần ăn

THÀNH PHẦN

- 1 cốc sữa chua đậu nành nguyên chất
- Phô mai kem 4 ounce
- 1 thìa nước cốt chanh
- 2 thìa hẹ khô
- 2 muỗng canh cỏ thì là khô
- 1⁄2 muỗng cà phê muối biển
- Tiêu ớt

HƯỚNG DẪN

a) Trộn tất cả mọi thứ và để lạnh trong ít nhất một giờ.

DINH DƯỠNG: Calo 120| Chất béo 9g (Bão hòa 2g) | Cholesterol 0mg| Natri 435mg| Carbohydrate 9g| Chất Xơ Thực Phẩm 1g| Chất đạm 3g.

91. Cơm rừng và ớt nhúng

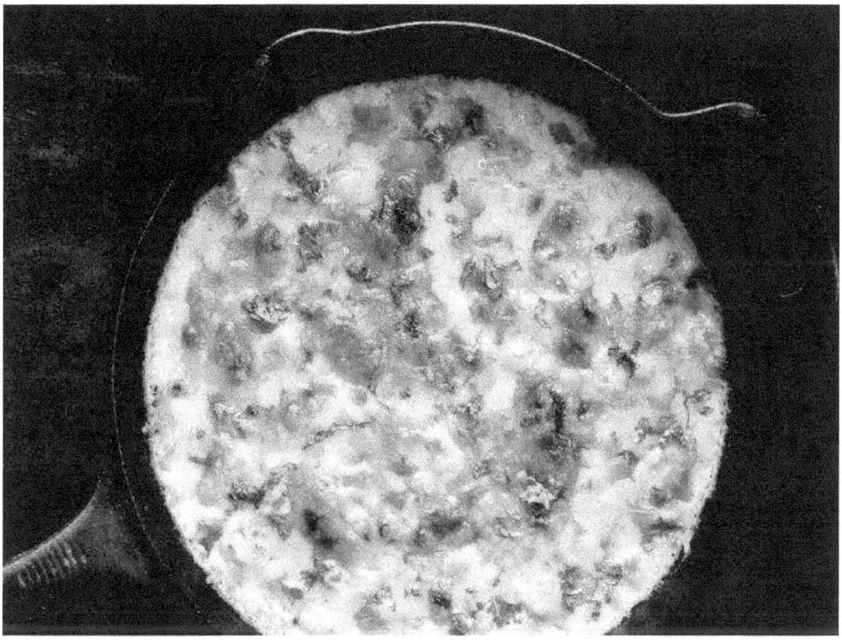

Làm: 4 đến 6 phần ăn

THÀNH PHẦN

- 12 ounce đậu lăng nấu chín
- 1/4 cốc nước luộc rau không men
- 1/4 chén ớt chuông xanh xắt nhỏ
- 1/2 tép tỏi, ép
- 1 cốc cà chua thái hạt lựu
- 1/4 chén hành tây xắt nhỏ
- 2 ounce kem phô mai
- 1/2 thìa ớt bột
- 1/2 thìa cà phê thì là
- 1/4 thìa cà phê muối biển
- ớt bột
- 1/2 chén cơm hoang nấu chín

HƯỚNG DẪN

a) Trong một chảo nước sốt nhỏ, nấu đậu lăng và nước luộc rau.

b) Thêm hành tây, ớt chuông, tỏi và cà chua vào nấu trong 8 phút trên lửa vừa.

c) Trong máy xay sinh tố, trộn Cream Cheese, bột ớt, thì là và muối biển cho đến khi mịn.

d) Cho cơm, hỗn hợp phô mai kem và hỗn hợp rau đậu lăng vào tô trộn lớn và trộn đều.

92. Sốt Bí Đỏ & Kem Phô Mai Cay

Làm: 4 đến 6 phần ăn

THÀNH PHẦN

- Phô mai kem 8 ounce
- 15 ounce bí ngô đóng hộp không đường
- 1 thìa cà phê quế
- 1⁄4 muỗng cà phê hạt tiêu
- 1⁄4 muỗng cà phê hạt nhục đậu khấu
- 10 quả hồ đào, đập vỡ

HƯỚNG DẪN

a) Đánh kem phô mai và bí ngô đóng hộp với nhau bằng máy trộn cho đến khi thành kem.

b) Khuấy quế, hạt tiêu, hạt nhục đậu khấu và hồ đào cho đến khi kết hợp hoàn toàn. Trước khi dùng, làm lạnh trong tủ lạnh một giờ.

93. Kem phô mai và mật ong nhúng

Làm: 2 phần ăn

THÀNH PHẦN

- 2 ounce kem phô mai
- 2 thìa mật ong
- 1⁄4 cốc nước cam ép
- 1⁄2 muỗng cà phê quế xay

HƯỚNG DẪN

a) Trộn tất cả mọi thứ cho đến khi mịn.

94. Kem rau bina-Tahini nhúng

Làm khoảng 1 cốc

THÀNH PHẦN

- 1 (10-ounce) gói rau chân vịt tươi
- 1 đến 2 tép tỏi
- 1⁄2 muỗng cà phê muối
- 1⁄3 cốc tahini (mè dán)
- Nước ép của 1 quả chanh
- Ớt xay
- 2 thìa cà phê hạt vừng rang để trang trí

HƯỚNG DẪN

- Hấp nhẹ rau bina cho đến khi chín, khoảng 3 phút. Vắt khô và đặt sang một bên.
- Trong máy xay thực phẩm, xay tỏi và muối cho đến khi thái nhỏ. Thêm rau bina hấp, tahini, nước cốt chanh và ớt cayenne cho vừa ăn.
- Chế biến cho đến khi hòa quyện và nếm thử, điều chỉnh gia vị nếu cần thiết.
- Chuyển nước chấm sang tô vừa và rắc hạt vừng. Nếu không sử dụng ngay, hãy đậy nắp và để lạnh cho đến khi cần.
- Bảo quản đúng cách sẽ giữ được tối đa 3 ngày.

95. Nước Chấm Mơ Và Chile

Làm khoảng 1 cốc

THÀNH PHẦN

- 4 quả mơ khô
- 1/2 cốc nước nho trắng hoặc nước táo
- 1/2 muỗng cà phê tương ớt châu Á
- 1/2 thìa cà phê gừng tươi xay
- 1 muỗng canh nước tương
- 1 muỗng canh giấm gạo

HƯỚNG DẪN

- Trong một cái chảo nhỏ, trộn mơ và nước ép nho rồi đun sôi. Tắt bếp và để riêng trong 10 phút để mơ mềm.
- Chuyển hỗn hợp mơ vào máy xay hoặc máy chế biến thực phẩm và xay cho đến khi mịn. Thêm tương ớt, gừng, nước tương và giấm vào rồi xay cho đến khi mịn. Hương vị, điều chỉnh gia vị nếu cần thiết.
- Chuyển sang một cái bát nhỏ. Nếu không sử dụng ngay, hãy đậy nắp và để lạnh cho đến khi cần.
- Bảo quản đúng cách, nước sốt sẽ giữ được từ 2 đến 3 ngày.

96. Cà tím nướng nhúng

Dung tích: 5 CUPS (1,19 L)

THÀNH PHẦN

- 3 quả cà tím vừa có vỏ (loại to, tròn, màu tím)
- 2 muỗng canh dầu
- 1 muỗng cà phê hạt thì là
- 1 thìa cà phê rau mùi đất
- 1 thìa cà phê bột nghệ
- 1 củ hành lớn màu vàng hoặc đỏ, bóc vỏ và thái hạt lựu
- 1 củ gừng (2 inch [5 cm]), gọt vỏ và xay hoặc băm nhỏ
- 8 tép tỏi, bóc vỏ và xay hoặc băm nhỏ
- 2 quả cà chua vừa, gọt vỏ (nếu có thể) và thái hạt lựu
- 1–4 quả ớt xanh Thái, serrano hoặc cayenne, cắt nhỏ
- 1 thìa cà phê bột ớt đỏ hoặc ớt cayenne
- 1 muỗng canh muối biển thô

HƯỚNG DẪN

a) Đặt giá đỡ lò ở vị trí cao thứ hai. Làm nóng lò nướng thịt ở nhiệt độ 500°F (260°C). Lót giấy nhôm vào khay nướng để tránh bị lộn xộn sau này.

b) Dùng nĩa chọc các lỗ trên cà tím (để thoát hơi nước) và đặt chúng lên khay nướng. Đun trong 30 phút, lật một lần. Da sẽ bị cháy thành than và cháy ở một số vùng khi thực hiện xong. Lấy khay nướng ra khỏi lò và để cà tím nguội trong ít nhất 15 phút. Dùng một con dao sắc cắt một đường dọc từ đầu này đến đầu kia của quả cà tím rồi kéo nhẹ ra. Múc phần thịt đã rang bên trong ra, chú ý tránh hấp và tận dụng càng nhiều nước càng tốt. Cho thịt cà tím rang vào tô—bạn sẽ có khoảng 4 cốc (948 mL).

c) Trong một chiếc chảo sâu và nặng, đun nóng dầu ở lửa vừa cao.
d) Thêm thì là vào và nấu cho đến khi có tiếng xèo xèo, khoảng 30 giây.
e) Thêm rau mùi và nghệ. Trộn và nấu trong 30 giây.
f) Thêm hành tây và nâu trong 2 phút.
g) Thêm củ gừng và tỏi vào nấu thêm 2 phút nữa.
h) Thêm cà chua và ớt. Nấu trong 3 phút, cho đến khi hỗn hợp mềm.
i) Thêm thịt cà tím rang vào nấu thêm 5 phút nữa, thỉnh thoảng trộn đều để tránh bị dính.
j) Thêm bột ớt đỏ và muối. Lúc này, bạn cũng nên loại bỏ những mảnh vỏ cà tím cháy khét còn sót lại.
k) Trộn hỗn hợp này bằng máy xay ngâm hoặc trong máy xay riêng. Đừng lạm dụng nó—vẫn cần có một số kết cấu. Ăn kèm với lát naan nướng, bánh quy giòn hoặc bánh tortilla. Bạn cũng có thể phục vụ món này theo cách truyền thống với bữa ăn Ấn Độ gồm roti, đậu lăng và raita.

97. củ cải Mcrogreen & chanh nhúng

THÀNH PHẦN

- 4 oz củ cải xanh
- 2 oz rau mùi
- 8 oz kem chua
- 1 muỗng canh hành vàng, xay
- 1 tép tỏi nhỏ, xay nhuyễn
- 2 muỗng canh nước cốt chanh hoặc tùy khẩu vị
- muối để nếm
- mảnh ớt đỏ để nếm thử

HƯỚNG DẪN

- Trong máy xay sinh tố, kết hợp các loại rau xanh, ngò (thân và tất cả), hành tây, tỏi và kem chua cho đến khi mịn.

- Nêm nước cốt chanh, muối và một chút ớt đỏ. Ăn kèm với khoai tây chiên, rau, thịt nướng và các món ăn kèm khác.

98. Nước Chấm Xoài-Ponzu

Làm khoảng 11⁄4 cốc

THÀNH PHẦN

d) 1 cốc xoài chín thái hạt lựu
e) 1 muỗng canh nước sốt ponzu
f) 1⁄4 muỗng cà phê tương ớt châu Á
g) 1⁄4 thìa cà phê đường
h) 2 muỗng canh nước, cộng thêm nếu cần

HƯỚNG DẪN

● Trong máy xay sinh tố hoặc máy chế biến thực phẩm, kết hợp tất cả nguyên liệu và xay cho đến khi mịn, thêm một thìa nước nữa nếu muốn nước sốt loãng hơn.

● Chuyển sang một cái bát nhỏ. Phục vụ ngay lập tức hoặc đậy nắp và làm lạnh cho đến khi sẵn sàng sử dụng. Nước sốt này được sử dụng tốt nhất trong cùng ngày nó được làm.

99. Quả óc chó cà tím phết

Làm khoảng 21⁄2 cốc

THÀNH PHẦN

- 2 muỗng canh dầu ô liu
- 1 củ hành tây nhỏ, xắt nhỏ
- 1 quả cà tím nhỏ, gọt vỏ và cắt thành xúc xắc 1⁄2 inch
- 2 tép tỏi, xắt nhỏ
- 1⁄2 muỗng cà phê muối
- 1⁄8 thìa cà phê ớt cayenne xay
- 1⁄2 chén quả óc chó cắt nhỏ
- 1 muỗng canh húng quế tươi băm nhỏ
- 2 muỗng canh sốt mayonnaise thuần chay
- 2 muỗng canh mùi tây tươi xắt nhỏ, để trang trí

HƯỚNG DẪN

a) Trong chảo lớn, đun nóng dầu trên lửa vừa. Thêm hành tây, cà tím, tỏi, muối và ớt cayenne. Đậy nắp và nấu cho đến khi mềm, khoảng 15 phút. Khuấy quả óc chó và húng quế và để nguội.
b) Chuyển hỗn hợp cà tím đã nguội vào máy xay thực phẩm. Thêm sốt mayonnaise và xay cho đến khi mịn. Nếm thử, điều chỉnh gia vị nếu cần, sau đó chuyển sang tô vừa và trang trí với rau mùi tây.
c) Nếu không sử dụng ngay, hãy đậy nắp và để lạnh cho đến khi cần.
d) Bảo quản đúng cách sẽ giữ được tối đa 3 ngày.

100. Rau chân vịt nhúng tỏi nướng

Làm khoảng 21/2 cốc

THÀNH PHẦN

- 5 đến 7 tép tỏi
- 1 (10-ounce) gói rau bina cắt nhỏ đông lạnh, rã đông
- 1/2 cốc sốt mayonnaise thuần chay, tự làm (xem Mayonnaise thuần chay) hoặc mua ở cửa hàng
- 1/2 cốc kem chua thuần chay, tự làm (xem Kem chua đậu phụ) hoặc mua ở cửa hàng
- 2 thìa nước cốt chanh tươi
- 1/4 chén hành lá băm nhỏ
- 1/4 cốc cà rốt thái nhỏ
- 2 muỗng canh rau mùi tươi hoặc rau mùi tây băm nhỏ
- 1/2 muỗng cà phê muối cần tây
- Muối và hạt tiêu đen mới xay

HƯỚNG DẪN

a) Làm nóng lò ở nhiệt độ 350° F. Nướng tỏi trên khay nướng nhỏ cho đến khi chín vàng, từ 12 đến 15 phút. Nhấn hoặc nghiền tỏi nướng và nghiền thành bột nhão. Để qua một bên.

b) Trong khi rang tỏi, hấp rau bina cho đến khi mềm trong 5 phút. Vắt khô và thái nhỏ. Để qua một bên.

c) Trong một tô vừa, trộn sốt mayonnaise, kem chua, nước cốt chanh và tỏi nướng. Khuấy để kết hợp. Thêm hành lá, cà rốt và ngò. Cho rau chân vịt hấp vào trộn đều với muối cần tây, muối và tiêu cho vừa ăn. Trộn đều. Làm lạnh ít nhất 1 giờ trước khi dùng để hương vị đậm đà hơn. Nếu không sử dụng ngay, hãy đậy kín và để trong tủ lạnh. Bảo quản đúng cách sẽ giữ được tối đa 3 ngày.

PHẦN KẾT LUẬN

Nacho là một món ăn đa năng và ngon miệng mà mọi người đều có thể thưởng thức. Cho dù bạn là người ăn chay hay yêu thích thịt thì vẫn có công thức nacho dành cho tất cả mọi người. Vì vậy, lần tới khi bạn muốn ăn nhẹ, hãy làm một mẻ bánh nachos và thưởng thức sự kết hợp hoàn hảo giữa khoai tây chiên giòn, phô mai tan chảy và lớp phủ đầy hương vị.

www.ingramcontent.com/pod-product-compliance
Lightning Source LLC
LaVergne TN
LVHW010922061026
849535LV00007B/2185
* 9 7 8 1 8 3 6 8 7 7 8 4 4 *